பேசும் செயல்

சொல்ல நினைத்த கதைகள்!

சிவராஜ் ராமசாமி

பேசும் செயல்

சொல்ல நினைத்த கதைகள்.

முதல் பதிப்பு-2025.

அர்ப்பணிப்பு

சிறிய செயல்கள் எவ்வாறு பெரிய தாக்கத்தை
ஏற்படுத்துகின்றன என்பதை அறிய விரும்பும்
அனைத்து மக்களுக்கும்!!

வாழ்த்துரை

பெரும்பாலும் இவ்வுலகில், சிறிய செயல்களின் சக்தியை நாம் குறைத்து மதிப்பிடுகிறோம்.

ஆயினும்கூட, சிவராஜ் ராமசாமி தனது புத்தகத்தில் அழுத்தமாக விளக்குவது போல, ஒவ்வொரு சிறிய செயல்களும் ஒரு மாற்றத்தை ஏற்படுத்தக்கூடும், இது நமது சமூகங்கள் முழுவதும் எதிரொலிக்கும் மாற்ற அலைகளை உருவாக்கக்கூடிய வல்லமை பெற்றவை.

அவர் பகிரும் பதினைந்து கதைகள் ஒவ்வொன்றும், நாம் எடுக்கும் சிறிய முடிவுகள் எவ்வாறு மறக்க முடியாத தாக்கங்களுக்கு வழிவகுக்கும் என்பதற்கு ஒரு சான்றாகும்.

நம்மை நாமே சுயபரிசோதனை செய்துகொள்ளவும், நம் அன்றாட வாழ்வில் மாற்றத்திற்கான சாத்தியங்களை ஏற்றுக்கொள்ளவும் தூண்டுகிறது.

மாற்றங்களைச் செய்வதில் ஆழ்ந்த ஈடுபாடு கொண்ட ஒருவர் என்ற முறையில், தனிநபர்கள் மற்றும் சமூகம் ஆகிய இரண்டிலும் சிறிய செயல்கள் எவ்வாறு குறிப்பிடத்தக்க மாற்றங்களைத் தூண்டும் என்பதை நான் நேரில் பார்த்திருக்கிறேன்.

சிவராஜின் கதைகள் இந்த உணர்வை கச்சிதமாக எதிரொலிக்கின்றன.

கிரண் பேடி போன்ற குறிப்பிடத்தக்க நபருடனான உரையாடலாக இருந்தாலும் சரி அல்லது தன்னார்வத் தொண்டு செய்யும் போது கற்றுக்கொண்ட பாடங்களாக இருந்தாலும் சரி, அவருடைய தனிப்பட்ட அனுபவங்கள் மூலம் சமூக சேவையின் இதயம் நிதி பங்களிப்புகளில் மட்டுமல்ல, நேரம், இரக்கம் மற்றும் ஈடுபாட்டில் உள்ளது என்பதை அவர் வெளிப்படுத்துகிறார்.

இந்தியா ஆதர்ஸ் அகாடமியில், சிவராஜ் போன்ற ஆர்வமுள்ள எழுத்தாளர்களுக்கு அதிகாரம் அளிக்கும் பாக்கியம் எனக்கு கிடைத்திருக்கிறது.

நாங்கள் சேவை மற்றும் படைப்பாற்றல் உணர்வை வளர்த்து வருகிறோம். ஒவ்வொரு கதையும் மாற்றத்தைத் தூண்டும் திறன் கொண்டது என்று நாங்கள் நம்புகிறோம், சிவராஜின் புத்தகம் இதை அழகாக எடுத்துக்காட்டுகிறது.

அவருடைய கதைகள் வெறும் கதைகள் அல்ல; அவை பிரதிபலிப்புக்கான அழைப்புகள், வாசகர்கள் தங்கள் சொந்த அனுபவங்களில் பகிர்வதற்கு ஊக்குவிப்பதோடு, இதேபோன்ற சூழ்நிலைகளில் அவர்கள் எவ்வாறு பதிலளிக்கலாம் என்பதைக் கருத்தில் கொள்ளவும் தூண்டுகிறது.
சிவராஜின் அணுகுமுறையில் நான் மிகவும் பாராட்டுவது என்னவென்றால், தனிப்பட்ட அளவில் எதிரொலிக்கும் திருப்பங்கள் மற்றும் வெற்றிகளை ஒன்றாக இணைக்கும் அவரது திறமை.

ஒவ்வொரு கதையும் உங்கள் சொந்த பயணத்தைப் பற்றி சிந்திக்க உங்களை அழைக்கிறது, ஆர்வத்தைத் தூண்டுகிறது மற்றும் உங்களைச் சுற்றியுள்ள உலகத்திற்கு நேர்மறையான பங்களிப்பை வழங்குவதற்கான விருப்பத்தைத் தூண்டுகிறது.

ஒவ்வொரு கதையின் முடிவிலும் உள்ள சிந்தனையைத் தூண்டும் கேள்விகள், நமது சமூகங்கள் மீதான சுயபரிசோதனை மற்றும் புதுப்பிக்கப்பட்ட பொறுப்புணர்வு ஆகியவற்றை ஆழமாக ஆராய்வதற்கு சவால் விடுகின்றன.

சிவராஜின் வார்த்தைகள் மூலம் நீங்கள் இந்தப் பயணத்தைத் தொடங்கும்போது, குறிப்பிடத்தக்க மாற்றத்தை உருவாக்கக்கூடிய சிறிய செயல்களில் நீங்கள் உத்வேகம் பெறுவீர்கள் என்று நம்புகிறேன்.

உங்கள் சொந்த அனுபவங்களைப் பயன்படுத்தவும், உங்கள் அன்றாட வாழ்க்கையில் சேவை மற்றும் இரக்க உணர்வை வளர்க்கவும் அவருடைய கதைகள் உங்களை ஊக்குவிக்கட்டும்.

நம்பிக்கை மற்றும் மாற்றத்திற்கு,

ஸ்வேதா சமோட்டா
சிறந்த புத்தக ஆசிரியர்,
நிறுவனர், இந்தியா ஆதர்ஸ் அகாடமி

முன்னுரை

"பேசும் செயல்" புத்தகத்தின் முன்னுரை பகுதிக்கு உங்களை வரவேற்கிறேன்.

இந்த புத்தகத்தில் மொத்தம் 15 சிறுகதைகள் உள்ளன.

இந்த புத்தகம் சிறிய நற்செயல்களின் உருமாறும் சக்தியைப் பற்றிய ஒரு பார்வையை வழங்குகிறது.

இந்த புத்தகத்தில் இடம்பெற்றுள்ள கதைகள், உங்களுக்குள் ஏதேனும் ஒரு சிறிய மாற்றத்தை ஏற்படுத்த கூடிய வல்லமை பெற்றவை என்று நான் தீர்க்கமாக நம்புகிறேன்.

இந்தக் கதைகள் வெறும் தொகுப்புகள் அல்ல, வாசிப்புப் பயணத்தில் சாகசத்தையும், சிலிர்ப்பையும், திருப்பங்களையும் உங்களுக்கு தரும்.

நீங்கள் அனுபவமுள்ள தன்னார்வத் தொண்டராக இருந்தாலும் அல்லது நீங்கள் உங்கள் வாழ்வில் முதல் அடியை எடுத்து வைக்க நினைப்பவராக இருந்தாலும் சரி, இந்தக் கதைகள் உங்களுக்குள் ஒரு ஆழமான தாக்கத்தை ஏற்படுத்தும் அல்லது நினைவூட்டும்.

இது மனித மனங்களின் கொண்டாட்டம்.
செயலுக்கான அழைப்பு.

வாருங்கள்!!! ஒன்றாக நாம் சிறுசிறு நற்செயல்களின் மூலம்
மனித மனங்களில் மாற்றங்களை ஏற்படுத்துவோம்!!

ஜெய் ஹிந்த்!

-சிவராஜ் ராமசாமி

பேசும் செயல்

உள்ளடக்கம்

1   திருநள்ளாறு குளம்   Pg #3

2   வேர்களைத் தேடி   Pg #9

3   சர்வதேச நாய்கள் திருவிழா   Pg #15

4   காப்பகம் சொல்லும் செய்தி   Pg #21

5   ஒரு வாட்ச்மேனின் காலணிக்குள்   Pg #26

6   வாழ்க்கையின் அதிர்ஷ்டம்   Pg #33

7   கூர்நோக்கு இல்லங்கள்   Pg #38

8   ஒரு மராத்தான் கதை   Pg #46

9   சந்தைப்படுத்தல் உத்தி   Pg#53

10   புத்தாண்டு கொண்டாட்டம்   Pg #59

11   கோவா பயணம்   Pg #66

12   ஒரு அழகிய மலை கிராமம்   Pg #74

13   இரவு நேர பேருந்துப் பயணம்   Pg #82

14   ஒரு திரைப்பட அனுபவம்   Pg #88

15   பார்வையற்றவர்களோடு மலை ஏறுதல்   Pg #94

1.திருநள்ளாறு குளம்

கதைக்குச் செல்வதற்கு முன், திருநள்ளாறு என்ற இடத்தைப் பற்றிச் சொல்கிறேன். இது இந்தியாவின் காரைக்காலில் உள்ள ஒரு சிறிய நகரமாகும், இது புதுச்சேரி யூனியன் பிரதேசத்தில் உள்ளது, மேலும் மிகவும் பிரசித்திபெற்ற சனிபகவான் கோயில் இங்கு தான் அமைந்துள்ளது.

கோவிலுக்கு அருகில் பிரம்மா/நள தீர்த்தம் என்று அழைக்கப்படும் ஒரு பிரபலமான குளம் உள்ளது, இந்த குளத்தில் நீராடுபவர்கள் தங்கள் கெட்ட கர்மங்களிலிருந்து விடுபடுவதாக நம்பப்படுகிறது.

இந்து புராணங்களின்படி, பழம்பெரும் மன்னர் நளன் இக்கோயிலில் வழிபட்ட பிறகு சனியின் தீய தாக்கத்தால் ஏற்பட்ட துன்பங்களிலிருந்து விடுபட்டதாகக் கூறப்படுகிறது.

கதை ஆரம்பம்:

நானும் எனது நண்பர்களுடன் சேர்ந்து இந்த கோவிலுக்கு செல்ல திட்டமிட்டோம். ஈரோட்டில் இருந்து ஜன் சதாப்தி விரைவு ரயில் மூலம் புறப்பட்டோம்.

காலை 8.00 மணிக்குப் புறப்பட்டு மதியம் 12.45க்கு காரைக்கால் ரயில் நிலையத்தை அடைந்தோம்.

மதிய உணவு சாப்பிட்டுவிட்டு காரைக்கால் கடற்கரைக்கு சென்றோம். பின்னர் அங்குள்ள இடங்களை சுற்றிப்பார்த்துவிட்டு.இரவு நேரத்தில் தங்குவதற்கு சரியான விடுதியை தேடினோம்.

அடுத்த நாள் சனிக்கிழமை என்பதால் எந்த விடுதியிலும் தங்குவதற்கு இடம் கிடைக்கவில்லை.

எனவே திருநள்ளாறு கோவில் அருகில் மண்டபம் போன்று ஒரு அமைப்பு உள்ள கோயில் விடுதியில் ஆளுக்கு ₹20 கொடுத்து தங்கினோம்.

அடுத்த நாள் காலை சரியாக அதிகாலை 3:30 மணிக்கு எழுந்தோம்.நாங்கள் தங்கிய மண்டபத்துக்கு பக்கத்தில்தான் அந்த கோயில் குளம் இருக்கிறது.

எனவே நாங்கள் எழுந்தவுடன் கோவில் குளத்திற்கு சென்று குளிக்க தயாரானோம்.

அங்கே எங்களுக்கு ஒரு அதிர்ச்சி காத்திருந்தது.அந்த குளம் சரியாக சுத்தம் செய்யபடாமலும் தண்ணீர் மாற்றப் படாமலும் இருந்தது.

பல்வேறு மாநிலங்களில் இருந்தும் மற்றும் சில வேறு நாடுகளில் இருந்தும் இந்த கோவிலுக்கு மக்கள் வந்து செல்கின்றனர்.

இந்த குளத்தில் குளித்துவிட்டுத்தான் கோயிலுக்கு செல்வர்.அப்படி இருக்கையில் இந்த குளம் இவ்வாறு இருப்பது எனக்கு மிகுந்த மனவேதனையை தந்தது.

என்னை போலவே பலரும் இப்படித்தான் அருகில் பேசிக் கொண்டிருந்தனர்.

நாம் வெகு தொலைவில் இருந்து வந்திருக்கிறோம்,எனவே இந்த குளத்தில் குளித்துவிட்டு செல்லலாம் என்று குளித்து முடித்து கோவிலுக்கு சென்று சாமி கும்பிட்டு வந்தேன்.

ஆனால் மனதில் ஓரமாக அந்த குளத்திற்கு நாம் ஏதாவது செய்ய வேண்டும் என்ற எண்ணம் ஓடிக் கொண்டிருந்தது.

புதுச்சேரி ஒரு அழகிய யூனியன் பிரதேசம்.அதற்கு அப்போது துணைநிலை ஆளுநராக இருந்தவர் திருமதி. கிரண்பேடி அவர்கள்.

எனக்கு ஒரு சிறிய யோசனை தோன்றியது.

சமூக வலைதளங்கள் மூலம் திருமதி கிரண்பேடியை தொடர்பு கொண்டால் என்ன என்று தோன்றியது.

உடனே எனது ஃபேஸ்புக் பக்கத்தை திறந்தேன்.திருமதி கிரண்பேடி அவருடைய பக்கத்திற்கு சென்று திருநள்ளாறு குளத்தில் நடந்தவற்றை அப்படியே டைப் செய்து அனுப்பினேன்.

நான் இந்த சிறிய காரியத்தை செய்த போது எனக்குள் இருந்தது ,என்னால் இதற்கு ஏதாவது செய்ய முடியுமா என்ற

எண்ணம் மட்டுமே.

நல்வாய்ப்பாக நானே எதிர்பார்க்காத வண்ணம் உடனடியாக துணைநிலை ஆளுநர் அவர்களின் அலுவலகத்திலிருந்து அதே ஃபேஸ்புக் பக்கத்தில் இருந்து என்னை தொடர்பு கொண்டார்கள்.

உடனடியாக அவர்கள் இந்த விஷயத்தை காரைக்கால் கலெக்டர் அலுவலகத்திற்கு தெரியப்படுத்திவிட்டதாகவும் இன்னும் சிறிது நேரத்தில் இது சரி செய்யப்பட்டுவிடும் என்றும் உறுதி கூறினார்கள்.

அது மட்டுமல்லாது,காரைக்கால் கலெக்டர் தொலைபேசி என்னையும் எனக்கு தந்தார்கள்.

நானும் அந்த தொலைபேசி என்னை சிறிது நேரம் கழித்து தொடர்புகொண்டேன்.
ஆச்சரியமாக காரைக்கால் கலெக்டர் அவர்களே தொலைபேசியை எடுத்து பேசினார்.

தற்போது குளம் செய்து சுத்தம் செய்யப்பட்டுவிட்டது. நீங்கள் சென்று பார்வையிட்டு சொல்லலாம் என்று கூறினார்.எனக்கு இந்த செயல் மிகவும் ஆச்சரியமாக இருந்தது.

இவ்வளவு எளிதாக ஒரு விஷயத்தை நம்மால் செய்ய இயலுமா? என்பதை நினைத்து எனக்கு ஆச்சரியமாக இருந்தது.

நாம் பல நேரங்களில் நடந்ததை நினைத்து எண்ணி எண்ணி மனம் வருந்தி கொண்டிருக்கிறோம்.

அதற்கான தீர்வை நோக்கி செல்லவே மனது நினைக்க மறுக்கிறது.

நடந்ததை நினைத்து புலம்பாமல்,ஒரு சிறிய முயற்சியை தீர்வை நோக்கி செலுத்தினால் பலன் கிடைக்கும் என்பதை நான் உணர்ந்து கொண்டேன்.

பல்வேறு தருணங்களில் புலம்புவதை தவிர்க்க நானும் முயற்சி செய்து கொண்டிருக்கிறேன். நீங்களும் செய்து பாருங்கள் நிச்சயம் பலன் கிடைக்கும்.

வாசகர் பார்வை:

·   நீங்களும்   இதுபோன்ற   பிரச்சனைகளை சந்தித்திருக்கிறீர்களா?

·   நீங்கள் பிரச்சனைகளை பார்த்து புலம்புவதை தவிர்த்து உங்களால் ஆன சிறிய முயற்சியை எடுப்பீர்களா?

·   உங்களுக்கு ஏதேனும் சமுதாயத்தில் நடக்கும் பிரச்சனைக்கு தீர்வை கையில் வைத்துள்ளீர்களா?

உங்களது மேலான கருத்துக்கள் மற்றும் விமர்சனங்களை Indianeditions@gmail.com என்ற முகவரிக்கு அனுப்புங்கள்.

2.வேர்களைத் தேடி

இது எனது ஆரம்பகால தகவல்தொழில்நுட்ப பணியில் சேர்ந்த போது நடந்த சம்பவம்.

நான் முதன்முதலில் சென்னையில் HCL நிறுவனத்தில் வேலைக்குச் சேர்ந்தேன். வாரத்தில் திங்கள் முதல் வெள்ளி வரை பணி. சனி மற்றும் ஞாயிறு கிழமைகளில் விடுமுறை.

எனவே அந்த விடுமுறை நாட்களில் என்ன செய்யலாம் என்று யோசித்துக் கொண்டிருந்தேன்.

ஒவ்வொரு கார்பரேட் நிறுவனமும் அவர்களுக்கு வரும் வருமானத்தில் ஒரு குறிப்பிட்ட பகுதியை சமுதாயம் சார்ந்த சேவைகளுக்கு பயன்படுத்த வேண்டும் என்று ஒரு விதி நமது அரசாங்கத்தால் அமல்படுத்தப்பட்டுள்ளது.

எனவே சேவையை மேற்கொள்ள ஹெச்சில் இதற்கென்று ஒரு தனி அமைப்பை உருவாக்கி ஹெச்சில் ஃபவுண்டேஷன் என்னும் தொண்டு நிறுவனத்தையும் நடத்தி வந்தது.

நானும் அந்த எச்சிஎல். ஃபவுண்டேஷன் தொண்டு நிறுவனத்தில் தன்னார்வலராக சேர்ந்தேன். இதன்மூலம் வார விடுமுறை நாட்களில். பள்ளிகளுக்குச் சென்று பாடமெடுப்பது, முதியோர் இல்லங்களுக்கு செல்வது, சிறப்பு திறன் வாய்ந்த மாணவர்கள் பயிலும் சிறப்பு பள்ளிகளுக்கு சென்று அவர்களுடன் கலந்துரையாடுவது போன்ற பல்வேறு பணிகளை மேற்கொண்டேன்.

இது எனக்கு மிக நல்ல அனுபவத்தை தந்தது. ஒரு வருடம் கழித்து எனக்கு அதே நிறுவனத்தில் பணி மாற்றலாகி பெங்களூர் HCL நிறுவனத்தில் சேர்ந்தேன்.

அங்கும் வாரநாட்களில் மென்பொருள் பணி, விடுமுறை நாட்களில் தன்னார்வலர் பணி என்று என இரண்டு பணிகளையும் செய்து கொண்டே வந்தேன்.

எச்சிஎல் மென் பொருள் நிறுவனத்தில் தன்னார்வலர்களுக்கு என்று தனியாக ஒரு தேர்தல் நடைபெற்றது. அதில் நானும் ஒரு ஒருங்கிணைப்பாளர் பதவிக்கு போட்டியிட்டேன்.

அந்த தேர்தலில் அங்கு, அந்த மென்பொருள் நிறுவனத்தில் வேலை செய்யும் அனைத்துM ஊழியர்களுக்கும் ஓட்டளிக்கும் வாய்ப்பு கொடுக்கப்பட்டது. அந்த தேர்தலில் நானும் ஒரு ஒருங்கிணைப்பாளராக. வெற்றி பெற்றேன்.

அதன் பின்னர், வார விடுமுறை நாட்களில் தன்னார்வு பணிகளை ஒருங்கிணைக்கும் பணி எனக்கு கொடுக்கப்பட்டது.

இதே போன்று நாம் வாழ்ந்த ஊருக்கும் ஏதாவது செய்ய வேண்டும் என்ற எண்ணமும் மனதின் ஓரமாக இருந்து கொண்டே இருந்தது.

நல்வாய்ப்பாக, நான் வேலை செய்யும் அதே நிறுவனத்தில். "பள்ளிகளுக்கு திருப்பிக் கொடுத்தல்" என்று பொருள் உதவி செய்யும் ஒரு போட்டியை நடத்த முடிவு செய்திருந்தார்கள்.

அந்த போட்டியில் நாம் பங்கு பெற ஒரு சில விதி முறைகளை வைத்திருந்தார்கள், அந்த விதிமுறைகள் பின்வருமாறு:

1.முதலில் நாம் தன்னார்வலராக குறிப்பிட்ட வருடங்கள் பணிபுரிந்து இருக்க வேண்டும்.

2. ஹெச்சில் நிறுவனத்தில் குறிப்பிட்ட வருடங்கள் வேலை செய்தவராக இருத்தல் வேண்டும்.

இந்த இரண்டு தகுதிகளையும் நான் ஏற்கனவே பெற்றிருந்தால் நானும் இந்த போட்டியில் கலந்து கொள்ள முடிவு செய்தேன்.

நிறுவனத்தின பொருள் உதவியை பெற நாம் மூன்று சுற்றுகளில் வெற்றி பெறவேண்டும்.

முதல்சுற்று:

நாம் பொருளுதவி கொடுக்க நினைக்கும் பள்ளியின் தலைமை ஆசிரியரிடம் இருந்து அவர்களது பள்ளிக்கு வேண்டிய பொருட்கள் நிறுவனத்திடமிருந்து பெற அவர்களுக்கு சம்மதம் என்று அனுமதி கடிதத்தை வாங்க வேண்டும்.

நான் இதற்காக எங்கள் ஊரில் உள்ள அரசுப் பள்ளியை தேர்ந்தெடுத்தேன். நண்பர்களுடன் சேர்ந்து அந்த பள்ளிக்கு சென்று தலைமை ஆசிரியரிடம் கலந்தாலோசனை செய்து அனுமதி கடிதத்தை வாங்கினேன். இதை நிறுவனத்தில் ஒப்படைத்தேன். எனவே நான் முதல் சுற்றில் தகுதி பெற்றவன் ஆனேன்.

இரண்டாம் சுற்று:

நான் நிறுவனம் கொடுக்கும் பொருளுதவியை எவ்வாறெல்லாம் செயல்படுத்தப் போகிறேன் என்ற Project Report சமர்ப்பிக்க வேண்டும்.

நான் ஏற்கனவே அந்த பள்ளியை அறிந்திருந்ததால், அந்த பள்ளிக்கு என்ன தேவை என்பதை உணர்ந்து கொண்டேன்.

எனவே அதற்கான முழுமையான Project Report தயார் செய்தேன். இதை HCL நிறுவனத்தின் குழுவினரிடம் சமர்ப்பித்து அதை பற்றி விளக்க உரையும் தந்தேன்.

அந்த குழுவினருக்கு எனது Project Report பிடித்திருந்தது. எனவே என்னை மூன்றாம் சுற்றுக்கு தேர்வு செய்தார்கள்.

கடைசி சுற்று:

இது நேரடியாக நிறுவனத்தின் துணைத் தலைவரிடம் நாம் நமது பள்ளிக்கு என்ன செய்யப் போகிறோம் என்பதை பற்றிய விளக்க உரை கொடுக்க வேண்டும்.

நான் மிகுந்த ஆர்வத்துடன் நான் பள்ளிக்கு என்ன செய்வேன் என்பதை விளக்கமாக எடுத்துரைத்தேன்.

துறைத்தலைவர் ஆர்வமாக நான் சொல்வதை கேட்டுக்கொண்டு உங்களுக்கு ஏதாவது சமுதாயத்திற்கு செய்ய வேண்டும் என்ற தன்முனைப்பு உள்ளது. அதை நான் மிகவும் பாராட்டுகிறேன் என்று கூறினார்.

இந்தியா முழுமைக்கும் நடைபெற்ற இப்போட்டியில் மொத்தமாக 30 பள்ளிகளை தேர்ந்தெடுத்து இருந்தார்கள். அதில் நான் சமர்ப்பித்த ப்ராஜெக்ட் தேர்வானது.

இது எனக்கு மிகுந்த மகிழ்ச்சியை தந்தது. இதை எனது நண்பரிடம் தெரிவித்தேன். அவர்களும் சந்தோஷமாக உணர்ந்தார்கள்.

அடுத்ததாக HCL நிறுவனத்தின் சார்பில் எனக்கு 25 கம்ப்யூட்டர்கள் இலவசமாக பள்ளிக்கு கொடுத்தார்கள்.

பள்ளியின் சார்பாகவும், இந்த 25 கம்ப்யூட்டர்களை மாணவர்கள் பயன்படுத்த தனி அறையை ஏற்படுத்திக் கொடுத்தார்கள்.

பள்ளிக்கு ஸ்மார்ட் கிளாஸ் அமைப்பதற்கு தேவையான Projector, தொலைநோக்கி. உயிரியல் சம்பந்தமான ஆய்வகம் அமைப்பதற்கு தேவையான பொருட்களை நிறுவனம் கொடுத்த பொருள் உதவியின் மூலம் செய்து கொடுக்கப்பட்டது.

இந்த நிகழ்வு நடந்து பல வருடங்கள் ஆனாலும், இதன் வாயிலாக நான் HCL நிறுவனத்திற்கு எனது நன்றியினை தெரிவித்துக் கொள்கிறேன்.

<u>வாசகர் பார்வை:</u>

1.உங்களுக்கு இது போன்று ஒரு வாய்ப்பு கிடைத்தால் நீங்கள் எந்த பள்ளிக்கு இதுபோன்று பொருளுதவி செய்து கொடுக்கலாம் என்று இருக்கின்றீர்கள்?

2.நீங்களும் ஏற்கனவே இதுபோன்று பள்ளிகளுக்கு உங்களால் ஆன உதவிகளை செய்து உள்ளீர்களா?

உங்களது மேலான கருத்துக்கள் மற்றும் விமர்சனங்களை *Indianeditions@gmail.com* என்ற முகவரிக்கு அனுப்புங்கள்.

3. சர்வதேச நாய்கள் திருவிழா

அது ஒரு அழகிய ஞாயிற்றுக்கிழமை.நான் ஒரு தன்னார்வலராக அன்றைக்கு செய்ய வேண்டிய வேலைகளை எண்ணிப்பார்த்தேன். நான் சர்வதேச நாய்கள் கண்காட்சியில் தன்னார்வலராக பணிபுரிய வேண்டும்.

இது எனக்கு அப்படி ஒரு மறக்க முடியாத அனுபவத்தை தரும் என்று நான் கனவிலும் நினைத்துப் பார்க்கவில்லை.

எனக்கு நாய்கள் என்றால் மிகவும் பிடிக்கும்.ஆனால் இதுவரை எந்த ஒரு நாய்கள் சம்பந்தப்பட்ட கண்காட்சியிலும் கலந்து கொண்டது இல்லை.

நகரங்களில் நாய்களை பேணிக் காப்பதிலும் மற்றும் கிராமங்களில் நாய்களை பேணி காப்பதிலும் நான் மிகப்பெரிய வேறுபாட்டை பார்த்திருக்கிறேன்.

நேரம் சரியாக காலை 8:00 மணி நான் எனது பைக்கை எடுத்துக்கொண்டு,அந்த நாய்கள் கண்காட்சிக்கு புறப்பட தயாரானேன்.

உள்ளுக்குள் ஆர்வம் தொற்றிக்கொண்டது.நாம் இன்று பல வகையான நாய்களை காணலாம் என்ற உற்சாகமும் இருந்தது.ஒருவழியாக நாய்கள் கண்காட்சி நடக்கும் இடத்திற்கு சென்றடைந்தேன்.

அந்த இடமே மிகவும் பிரமிப்பாக இருந்தது.நாய்களுக்கு இவ்வளவு பெரிய கண்காட்சி என்று பிரமிப்பு அடைந்தேன்.

நான் எதிர்பார்த்ததை விட பல பேர் இந்த கண்காட்சிக்கு வந்திருந்தார்கள்.
நிகழ்ச்சிகள் காலை 10:30 தொடங்கும் என்று தெரிவித்திருந்தார்கள்.

நான் சற்று முன்னரே சென்றுவிட்டதால் அங்கு அமைக்கப்பட்டிருந்த பல வகையான நாய்கள் சம்பந்தப்பட்ட பொருட் காட்சிகளை பார்த்தேன்.

ஒரு அரங்கில் நாய்களுக்கு என பிரத்யோகமாக ஆடைகள் தயாரித்து விற்பனைக்கு வைத்திருந்தார்கள். மற்றொரு அரங்கில் நாய்களுக்கு தேவையான பல வகையான உணவு வகைகள் விற்பனைக்கு வைக்கப்பட்டிருந்தது.

நாய்களை தத்து எடுப்பதற்கு என்று தனியாக ஒரு அரங்கு இருந்தது.

நான் அந்த அரங்கிற்கு சென்று என்னவிதமான நாய்கள் விற்பனைக்கு உள்ளது என்பதை பார்த்தேன்.

நாய்களை வளர்ப்பதற்கு ஒரு சில முன் நிபந்தனைகளை விதித்து இருந்தார்கள். அது என்ன என்பனவற்றை கீழே பார்ப்போம்.

நீங்கள் நாய்களை தத்து எடுப்பதானால்,

- உங்களால் அந்த நாயை காலம் முழுவதும் பராமரிக்கஇயலுமா?

- நாயை கண்காணிப்பதற்கு யாரேனும் உங்கள் வீட்டில் உள்ளார்களா?

- உங்களுக்கு 18 வயதிற்கு மேல் ஆகின்றதா?

உண்மையில் நாய்களை வளர்ப்பதற்கு ஆர்வம் உள்ளதா? அல்லது உங்கள் குழந்தைகளின் வற்புறுத்தலின் பேரில் நீங்கள் நாயை வளர்க்க முற்படுகின்றீர்களா?

நீங்கள் நாயை வாங்கிய பின் அதை சரியாக பராமரிப்பதற்கு ஒரு சில வாரங்களுக்கு உங்களுக்கு தகுந்த ஆலோசனைகளை தொலைபேசி மூலம் வழங்குவார்கள்.
இதையெல்லாம் கேட்பதற்கு எனக்கு மிகவும் பிரமிப்பாக இருந்தது.

இதுவே ஒரு சாதாரண கிராமங்களில் நாம் நாயை எப்படியெல்லாம் வளர்க்கிறோம்

இங்கே எப்படி வித்தியாசம் என்பதை பார்க்கப்பதற்கு ஆச்சரியமாகவும் புது அனுபவமாகவும் இருந்தது.

மணி இப்போது சரியாக 9.30, எனக்கான பணி ஆரம்பமானது.

விழா அரங்கின் மைய மண்டபத்தில் நானும் மற்றும் சில தன்னார்வலர்களும் சேர்ந்து நாய்களுக்கு நடக்கும் போட்டியை ஒழுங்குபடுத்துதல் பணியை செய்ய வேண்டும்.

போட்டி ஆரம்பமானது.அந்த விழா அரங்கை சுற்றி

விதவிதமான நாய்கள் நின்று கொண்டு இருந்தது.

நான் நினைத்துக் கூட பார்க்க முடியாத அளவுக்கு விதவிதமான நாய்கள் கொண்டு வரப்பட்டிருந்தன.
வெவ்வேறு நாடுகளில் இருந்து இறக்குமதி செய்யப்பட்ட நாய்கள்,பூனை போன்று இருக்கும் நாய்கள்,சிறிய எருமை போன்று இருக்கும் நாய்கள் என பல வகையான நாய்களை பார்த்தேன்.

சிறிது பயமாவும் இருந்தது. ஏனென்றால் ஒரு சில நாய்கள் பார்ப்பதற்கு மிகவும் ஆக்ரோஷமாகவும் மிகவும் பெரிய அளவிலும் இருந்தது.

போட்டியானது தொடங்கியது. இது நாய்களுக்கான புத்தி கூர்மையை சோதனை செய்யும் போட்டி.ஒவ்வொரு நாயும் மிகுந்த மதி நுட்பத்துடன் பொருட்களை கண்டறிவது.

நாம் சொல்லும் செயலை சொன்னபடி சரியாக செய்து முடிப்பது,ஆபத்தில்   உதவுவது   போன்ற   எண்ணற்ற வேலைகளை கட்சிதமாக செய்து முடித்தது.

நாய்களுக்குத்தான் எவ்வளவு அறிவு!! நாம் தான் நாய்களுக்கு ஐந்த அறிவு என்று கூறுகிறோம்.ஆனால் இதை பார்த்தவுடன் எனக்கு நாய்களுக்கு நம்மை விட அறிவு அதிகமோ என்று எண்ணம் தோன்றி யது.

நாய்களுக்கு என்று உணவு பரிமாறப்பட்டது. அதை கண்காணிப்பதற்கு மற்றும் பராமரிப்பதற்கான செலவுகளை அந்த நாயை கொண்டு வந்தவரிடம் கேட்டு வியந்தேன். அவர்கள் நாய்களை ஒரு வீட்டில் இருக்கும் மற்ற சக மனிதர்களைப் போல் நடத்தினார்கள்.

நாய்களுக்கும்   மனிதர்களுக்கும்   ஆன   உறவு   பல நூற்றாண்டுகளை கடந்து வந்திருக்கிறது.என்பதை உணர்ந்து கொண்டேன்.

இந்த நிகழ்வின் மூலம் நாய்கள் மற்றும் மனிதர்களின்

உணர்வு பூர்வமான பந்தத்தை புரிந்து கொள்ள ஒரு வாய்ப்பாக அமைந்தது.

<u>**வாசகர் பார்வை:**</u>

- நீங்கள் உங்கள் வீட்டில் நாய் வளர்க்கிறீர்களா?

- நாய் வளர்ப்பதற்கும் உண்டான பராமரிப்பு செலவு எவ்வளவு ஆகிறது?

- நாய்களின் எந்த செயல் உங்களுக்கு மிகவும் பிடிக்கும்?

உங்களது மேலான கருத்துக்கள் மற்றும் விமர்சனங்களை Indianeditions@gmail.com என்ற முகவரிக்கு அனுப்புங்கள்.

4.காப்பகம் சொல்லும் செய்தி

ஒரு நாள், ஏறக்குறைய 150 எய்ட்ஸ் நோயால் பாதிக்கப்பட்ட குழந்தைகள் வசிக்கும் ஒரு தங்குமிடத்தைப் சென்று பார்க்க எனக்கு வாய்ப்பு கிடைத்தது. எய்ட்ஸ் நோயால் பாதிக்கப்பட்ட இளம் பருவத்தினருடன் பழகுவதும், அவர்களுடன் பல்வேறு செயல்களில் ஈடுபடுவதும் இதன் நோக்கமாக இருந்தது.

இந்த தங்குமிடம் ஒரு தன்னார்வ தொண்டு நிறுவனத்தால் நிர்வகிக்கப்பட்டு நடத்தப்படுகிறது.

எங்களுக்கு கொடுக்கப்பட்டிருந்த பணி என்னவென்றால், அந்த குழந்தைகளுக்கு புதிய விஷயங்களை கற்றுக்கொடுப்பது, அவர்களுடன் நேரம் செலவழித்து விளையாடுவது,அவர்களுக்கு தேவை என்ன என்பதை புரிந்து கொள்வது மற்றும் தன்னார்வ தொண்டு நிறுவனம் வழங்கிய காசோலையை அந்த விடுதிக்கு அளிப்பது.

எங்களுக்கென்று தனியாக ஒரு வாகனத்தை அந்த தன்னார்வ தொண்டு நிறுவனம் ஏற்பாடு செய்திருந்தது.

நான் பயணிக்கும் பொழுது என்னுள் சில கேள்விகள் எழுந்துகொண்டே இருந்தது.இது எனது ஆரம்ப கால நாட்கள்

எனவே எனக்கு போதிய அனுபவம் இல்லை.

என்னுள் எழுந்த கேள்விகள் இதோ.
அந்த சிறுவர்களை சந்தித்தால் எனக்கும் எயிட்ஸ் நோய் வந்துவிடுமோ?

நான் அந்த சிறுவர் சிறுமியர் தொட்டு பேசலாமா? கூடாதா?

என்னால் அந்த சிறுவர்களுக்கு, அடுத்தவர்கள் தன்னை பரிதாபமாக பார்க்கிறார்கள் என்ற எண்ணம் வந்துவிடுமோ?

இப்படி என்னுள் பல கேள்விகள் என் மனதில் இருந்தது. 2 மணி நேரத்தில் சரியாக அந்த விடுதியைச் சென்றடைந்தோம். அந்த விடுதி ஒரு நல்ல இயற்கை சூழலில் அமைக்கப்பட்டிருந்தது.

விடுதி காப்பாளர் எங்களை வரவேற்றார் சுமார் 10 ஊழியர்களும் இருந்தனர். எயிட்ஸ் நோயால் பாதிக்கப்பட்ட சிறுவர்களை பார்த்துக்கொள்ள ஒரு மருத்துவரும் இருந்தார். அவர்களை பார்த்தவுடன் என் மனதுக்குள் மிகப்பெரிய முக்கியமான கேள்வி எழுந்தது.

இவர்களில் அவர்களுடைய தாய் தந்தையர் மூலம் இந்த உலகத்திற்கு வந்தார்கள். இதை தவிர அவர்கள் என்ன தவறு செய்தார்கள்? ஏன் எயிட்ஸ் நோய் இவர்களை பாதிக்க வேண்டும்?

அந்த சிறுவர் சிறுமியர்கள் முகத்தில் கள்ளங் கபடமற்ற சிரிப்பை மட்டுமே காண முடிந்தது. நாங்கள் சிறிது நேரம் அந்த குழந்தைகளுடன் கலந்துரையாடினோம். பின்னர் பாட்டு போட்டி, குரல் போட்டி போன்றவற்றை நடத்தினோம்.

இவ்வாறாக காலை முதல் மதியம் வரை ஆடல், பாடல் கொண்டாட்டம் என்று அன்றைய பொழுது சென்றது. அதே விடுதியில் எங்களுக்கு மதிய உணவு பரிமாறப்பட்டது. குழந்தைகளுடன் சேர்ந்து சாப்பிட்டோம்.

பின்னர் சிறிது நேரம் கழித்து 3.00 மணியளவில்,அருகில் உள்ள விளையாட்டு மைதானத்திற்கு சென்றோம்.அங்கே குழந்தைகளுடன் சேர்ந்து கைப்பந்தாட்டப் போட்டியை விளையாடினோம்.

அப்போது எதிர்பாராவிதமாக எங்களுடன் விளையாடிய ஒரு குழந்தை கீழே விழுந்து சிறு காயம் ஏற் பட்டது.சிறிது ரத்தம் வழிய ஆரம்பித்தது. எங்களுக்குள் பதட்டம் தொற்றிக் கொண்டது.

உடனே அந்த விடுதி மருத்துவர் அந்த இடத்திற்கு வந்தார் வேண்டிய முதலுதவிகளை செய்தார்.

இந்த சம்பவத்திற்குப் பிறகு நாங்கள் கைப்பந்தாட்டப் போட்டியை நிறுத்திவிட்டு,மரத்தடியில் உட்கார்ந்து மற்ற விளையாட்டுக்களை விளையாடினோம்.

பிற்காலத்தில் நீங்கள் என்னவாக ஆக வேண்டும் என்று நினைக்கிறீர்கள் என்று கேட்டோம். அதற்கு ஒவ்வொரு குழந்தைகளும் அவர்களுக்குரிய பதில்களை கூறினார்கள்.

அவர்களுடைய லட்சியங்களும், கனவுகளும் மிகப் பெரியதாக இருந்தன. அதை பார்த்து நான் சிறிது பிரமித்துப் போனேன்.

இவர்களுடைய கனவுகளும் லட்சியங்களும்.விடா முயற்சியும் இவர்களை மிகப்பெரிய உயரத்திற்கு சென்று சேர்க்கும் இன்று தீர்க்கமாக நம்பினேன்.

இவர்களின் விடாமுயற்சியின் முன் இந்த நோய் மிகச் சிறியது.இந்த நோயினால் இவர்களை எதுவும் செய்ய முடியாது என்பதையும் உறுதியாக நம்பினேன்.

அந்த மருத்துவரிடம் சிறிது நேரம் கலந்துரையாட வாய்ப்பு

கிடைத்தது.முதல் கேள்வியாக,இந்த குழந்தைகளால் எவ்வளவு வயது வரை வாழ முடியும்?என்று கேட்டேன்.

அதற்கு அவர்,முறையான சிகிச்சையும், தேவையான உதவியும் கிடைத்தால் இவர்களால் சாதாரண மனிதர்களை போல நீண்ட நாள் வாழ முடியும்.இது அவர்களுடைய நோய் எதிர்ப்பு சக்தியை பொறுத்தது என்று கூறினார்.

அடுத்ததாக இந்த சிறுவர்களுக்கு இந்த பாதிப்பு இருப்பது தெரியுமா? என்று கேட்டேன்.அதற்கு அவர் தெரியும் என்று கூறினார்.

மருத்துவரிடம் நன்றி தெரிவித்துவிட்டு வெளிய வந்து குழந்தைகளின் முகங்களைப் பார்த்தேன்.அவர்களிடம் எந்தவித எதிர்பார்ப்பும் இல்லாத கள்ளம் கபடமற்ற புன்சிரிப்பு மட்டுமே தவழ்ந்தது.

அவர்களின் சிரிப்பே எனக்கு மிகப்பெரிய பாடத்தை கற்றுக் கொடுத்தது.நிறை குறைகளை ஏற்று அவர்கள் இயல்பாக வாழ பழகி விட்டார்கள்.

நான் இன்னும் அதை கற்றுக் கொண்டிருக்கிறேன்.

வாசகர் பார்வை:

1.ஹெச் ஐவி பாதிக்கப்பட்ட குழந்தைகளைப் பற்றி என்ன நினைக்கின்றீர்கள்?

2.உங்களுக்கு வாய்ப்பு கிடைத்தால் உங்கள் பகுதியில் உள்ள இது போன்ற விடுதிகளுக்கு சென்று வருவீர்களா?

உங்களது மேலான கருத்துக்கள் மற்றும் விமர்சனங்களை **Indianeditions@gmail.com** என்ற முகவரிக்கு அனுப்புங்கள்.

5 ஒரு வாட்ச்மேனின் காலணிக்குள்

கல்லூரியில் கம்ப்யூட்டர் சயின்ஸ் இன்ஜினியரிங் பட்டம் பெற்ற பிறகு, தகுந்த வேலைவாய்ப்பை தேட ஆரம்பித்தேன். நான் ஓரளவு நல்ல மதிப்பெண்களைப் பெற்றேன், ஆனாலும் பட்டப்படிப்பு படிக்கும்பொழுது, நடைபெற்ற நேர்காணல்களில் என்னால் தேர்ச்சி பெற முடியவில்லை.

சுமார் 25 நேர்காணல்களுக்குப் பிறகு, நான் IT துறையில் எனது முதல் வேலையில் சேர்ந்தேன். நான் பங்கேற்ற சுவாரஸ்யமான வேலை நேர்காணல்களில் ஒன்றைப் பற்றி இங்கே உங்களுக்குச் சொல்கிறேன்.

இச்சம்பவம் பல ஆண்டுகளுக்கு முன் நடந்தது.

சென்னையில் உள்ள ஒரு புகழ்பெற்ற நிறுவனத்தில் இருந்து எனக்கு நேர்காணல் அழைப்பு வந்தது.

எனது சொந்த ஊரிலிருந்து சென்னை வரை செல்ல பயண தூரம் சுமார் 500 கி.மீ இருக்கும்.

எனவே இரவு முழுவதும் பேருந்து பயணம் செய்து அதிகாலை 4:00 மணியளவில் சென்னை வந்து சேர்ந்தேன்.

என்னுடைய நண்பர்கள் சிலர் ஏற்கனவே சென்னையில் இருந்தார்கள். எனவே நான் சென்னை சென்றடைந்தவுடன் நேராக அவர்கள் தங்கியிருக்கும் விடுதிக்கு நடையை கட்டினேன்.

ஒரு வழியாக தேடிக் கண்டுபிடித்த .நண்பர்களின் விடுதி அறைக்கு சென்றேன்.

அது ஒரு சிறிய அறை, அதில் ஏற்கனவே ஆறு பேர் தூங்கிக்கொண்டிருக்கிறார்கள். தோராயமாக 25 அறைகள் மற்றும் ஆறு பொதுவான குளியலறைகள் அந்த விடுதியில் இருந்து.

நான் அறையில் ஒரு சிறிய காலி இடத்தைக் கண்டுபிடித்தேன், என் பையையும், செருப்புகளையும் தலையணையாகப் பயன்படுத்தி, சில மணிநேரங்கள் அங்கேயே தூங்கினேன்.

அடுத்த நாள் அதிகாலையில், நேர்காணலுக்கு செல்ல தயாராகி கொண்டிருந்தேன்.

நிறுவனம் அமைந்துள்ள இடத்திற்கு நான் சுமார் 40 கிமீ பயணிக்க வேண்டும்.

நான் செல்ல வேண்டிய வழியைப் பற்றி எனது நண்பர்கள்

சிலரிடம் கேட்டேன். இறுதியாக, நான் காலை 9:30 மணியளவில் அந்த நிறுவனத்தை சென்றடைந்தேன்.

அங்கே பலர் தொழில் ரீதியான உடை அணிந்திருப்பதை நான் கவனித்தேன். (கோட் , ஷூ).

நான் செருப்பும், வழக்கமான ஜீன்ஸ் உடையும் அணிந்திருந்தேன்.

கல்லூரியில் படிக்கும் காலங்களில், முதல் சுற்று நேர்காணலுக்கு ஷூ அணிந்ததில்லை. கடைசி சுற்று நேர்காணலில் பங்கு பெற்றால் நான் ஷூ அணிந்து செல்வது வழக்கம்.

நான் தற்போது பங்கேற்பது. முதல் சுற்றுக்கான நேர்காணல் என்பதால்   , நான் சாதாரணமாக செருப்புகளை அணிந்திருந்தேன்.

காலை 10.00 மணியளவில், அவர்கள் என்னை முதல் சுற்று நேர்காணலுக்கு அழைத்தார்கள்.

என்னுடைய விவரங்களைச் சரிபார்த்து, .உள்ளே அனுமதித்தனர்.

எனக்கு ஒரு OMR தாள், ஒரு பென்சில் மற்றும் ஒரு கேள்வித்தாள் வழங்கப்பட்டது. சுமார் 60 கேள்விகள் இருந்தன. கேள்விகளுக்கு ஒவ்வொன்றாக விடையளித்து கொண்டிருந்தேன்.

காலை 10.15 மணியளவில், திடீரென தேர்வாளர் ஒருவர் என் அருகில் வந்து எனது ஆடை மற்றும் நான் அணிந்திருந்த ஷூ குறித்து விசாரித்தார்.

"ஏன் செருப்பு அணிந்து கொண்டு அப்டிடியூட் ரவுண்டுக்கு

வந்திருக்கிறீர்கள்.? என்று வினா எழுப்பினார்.

"இது ஒரு ஆப்டிட்யூட் சுற்று என்பதால், நான் வழக்கமாக அப்டிட்யூட் சுற்றுகளுக்கு இப்படி தான் செல்வேன்" என்று கூறினேன்.

மேலும், "நான் சென்னைக்கு புதியவன், ஷூ அணிந்து கொண்டு ஒரு ஆப்டிட்யூட் சுற்றுக்கு பங்கேற்க வேண்டும் என்பது எனக்குத் தெரியாது" என்றேன்.

அவர் மீண்டும் என்னிடம், "நீங்கள் இப்போதே இவ்வாறு அலட்சியமாக. இருக்கிறீர்கள் என்றால், இந்நிறுவனத்தில் தேர்ந்தெடுக்கப்பட்டாலும் இதுபோன்று அலட்சியமாக வர வாய்ப்பிருக்கிறது.

எனவே இதுபோன்ற நடைமுறைகளை நாங்கள் அனுமதிக்க மாட்டோம். என்று கூறினார்.

அதற்கு,"நான் நிறுவனத்தால் தேர்ந்தெடுக்கப்படும்போது சரியான காலணிகளை அணிவேன்" என்று அவரிடம் சொன்னேன்.

அவர் எதிர்மறையான வழியில் பதிலளித்தார்: "நீங்கள் இப்போது வெளியே செல்லலாம், நீங்கள் இந்த நேர்காணலில் கலந்து கொள்ள விரும்பினால், நீங்கள் ஷூ அணிந்து திரும்பி வர வேண்டும்".

நான் அவர் சொன்னபடி எந்த அறையைவிட்டு வெளியேறினேன்.

இந்த முக்கியமான தகுதிச் சுற்றுக்காக சொந்த ஊரில் இருந்து பயணித்து சென்னை வரை வந்திருக்கிறேன்.

எனவே இந்த தேர்வைத் தொடர்வது எப்படி என்று யோசித்துக்கொண்டே நடக்க ஆரம்பித்தேன்.

நான் காலணிகளை வாங்குவதற்கு அருகில் கடைகள் எதுவும் இல்லாத மிகவும் தொலைதூரப் பகுதியில் நிறுவனம் அமைந்திருந்தது.

அதனால் எப்படி திரும்பி சென்று தேர்வை தொடர்வது என்று தெரியவில்லை.

சில விநாடிகளில் திடீரென்று ஒரு வித்தியாசமான யோசனை என் மனதில் தோன்றியது. இந்த நிறுவனத்தில் வாட்ச்மேன் அறை இருப்பதை நான் கண்டேன். எனவே, வேகமாக வாட்ச்மேன் இருந்த பகுதிக்கு நடையை கட்டினேன்.

வாட்ச்மேன் ஷூ அணிந்திருப்பதை பார்த்தேன். எனவே நான் உடனடியாக என் நிலைமையை விளக்கினேன், அவர் தனது காலணிகளை எனக்குக் கொடுக்கும் அளவுக்கு அன்பாக இருந்தார்.

நான் அந்த காலணிகளை அணிந்து, தற்காலிக நடவடிக்கையாக என் செருப்புகளை கொடுத்தேன்.

நான் உடனடியாக பரீட்சை எழுதும் அறைக்கு விரைந்தேன்.

தேர்வாளரிடம் நான் தற்போது உள்ளே செல்லலாமா? நான் ஷூ அணிந்துள்ளேன் என்று கூறினேன்.

அவர். சற்று அதிர்ச்சியில் ஆழ்ந்தார்.

பக்கத்தில் எங்குமே கடைகள் இல்லை. எப்படி ஷூ கிடைத்தது என்று யோசித்தார்.

பின்னர் என்னைப் பரீட்சையில் தொடர அனுமதித்தார்.

நான் மகிழ்ச்சியுடன் தேர்வை எழுதி, முடிந்ததும், வாட்ச்மேனிடம் நன்றியுடன் காலணிகளைத் திருப்பிக் கொடுத்துவிட்டு, செருப்புகளைத் திரும்பப் பெற்றேன்.

சில நாட்களுக்குப் பிறகு நேர்காணல் முடிவுகள் வந்தது. நான் அடுத்த சுற்று தேர்வுக்கு தேர்வு செய்யப்படவில்லை.

ஆனால் எதையும் எதிர்பாராமல் உதவி செய்பவர்கள் சமூகத்தில் நிறைய பேர் இருக்கிறார்கள் என்பதை அறிந்து மிகவும் மகிழ்ச்சி அடைந்தேன்.

நிறுவனம் வகுத்துள்ள அறிவுறுத்தல் கையேட்டின்படி தேர்வாளர் தனது கடமையைச் செய்வதால், தேர்வாளர் மீது எனக்கு எந்தக் கோபமும் இல்லை.

இன்னும், இந்த சம்பவமும், எனக்கு செருப்பு கொடுத்த வாட்ச்மேனும் எனக்கு நினைவிருக்கிறது.

மனிதம் பல இடங்களில் வாழ்ந்து கொண்டுதான் இருக்கிறது.

வாசகர் பார்வை:

1.முதல் வேலை நேர்காணலின் சுவாரஸ்யமான அனுபவங்களைப் பகிர்ந்து கொள்ள முடியுமா?

2.கதையில் குறிப்பிட்டுள்ள சூழ்நிலையில் நீங்கள் இருந்திருந்தால்,
நீங்கள் அதை எப்படி கையாண்டு இருப்பீர்கள்.?

உங்களது மேலான கருத்துக்கள் மற்றும் விமர்சனங்களை *Indianeditions@gmail.com* என்ற முகவரிக்கு அனுப்புங்கள்.

6. வாழ்க்கையின் அதிர்ஷ்டம்

அது ஒரு விடுமுறை காலம் மற்றும் ஒரு வெள்ளிக்கிழமை.நான் எல்லாவற்றையும் தயார் செய்து விடுமுறை திட்டங்களைப் பற்றி சிந்திக்க ஆரம்பித்தேன்.

எனது சொந்த ஊருக்கு பயணத்தை மேற்கொள்ள பல தகவல் தொழில்நுட்ப மையங்களின் மையமான பெங்களூருவின் எலக்ட்ரானிக் சிட்டியில் பேருந்துக்காகக் காத்திருந்தேன்.

பேருந்து நிறுத்தத்தில். கட்டுக்கடங்காத கூட்டம் அலைமோதியது. இரவு 8:15 மணிக்கு, நான் செல்ல வேண்டிய பேருந்து, பேருந்து நிறுத்தத்திற்கு வந்தது.

ஒருவழியாக கூட்டத்திற்கு மத்தியில் ஜன்னலோர இருக்கை எனக்கு கிடைத்தது.

அது ஒரு குளிர் காலம் என்பதால் நான் ஏற்கனவே hoodie(குளிர்ந்த காற்றை தாங்கக் கூடிய ஒரு மேல் சட்டை.தலைப்பாகை போன்றதொரு அமைப்பும் இதில் இடம்பெற்றிருக்கும்) அணிந்திருந்தேன்.அது என் தலை முழுவதையும் மறைத்தது.முகம் மட்டுமே வெளியே தெரிந்தது.

பயணம் தொடங்கியதும், நான் ஹெட்ஃபோன்களில், சில

பாடல்களை கேட்டு ரசித்தேன்.

பேருந்து மிதமான வேகத்தில் சென்று அருகில் உள்ள ஒசூர் பேருந்து நிலையத்தை வந்தடைந்தது.

ஏற்கனவே பேருந்தில் அதிகமான கூட்டம் இருந்ததால் அந்த பேருந்து நிலையத்தில் இந்த பேருந்து சற்று நிமிடங்கள் மட்டுமே நின்று சென்றது.

எனக்கு பசிக்க ஆரம்பித்தது. நான் நடத்துனரிடம் சென்று, எப்பொழுது உணவு எடுத்துக்கொள்வதற்காக ஹோட்டலில் நிறுத்துவீர்கள் என்று கேட்டேன்.

அவர் இன்னும் சிறிது நிமிடத்தில் நிறுத்தி விடுவோம் என்று கூறினார். அவர் சொன்னவாறே ஒரு ஹோட்டலில் நிறுத்தினார்கள்.

நன்றாக சாப்பிட்டோம். அதன் பின்னர் பேருந்து 50 கிலோமீட்டர் வேகத்தில் தேசிய நெடுஞ்சாலையில் செல்ல ஆரம்பித்தது.

நான் மீண்டும் என் Hoodie அணிந்துகொண்டு ஜன்னல் இருக்கையில் அமர்ந்து, கண்ணாடி ஜன்னலில் தலையை சாய்த்தேன்.

பேருந்து தொடர்ந்து சென்றது, ஹெட்ஃபோன் மூலம் நன்கு அறியப்பட்ட மெல்லிசையைக் கேட்டேன்.

சற்றே சலிப்பாக உணர்ந்தேன், கண்ணாடி ஜன்னலில் இருந்து என் தலையை விலக்கி, முன் இருக்கையில் தலையை சாய்த்தேன், என் தலை முழுவதுமாக ஹூடியால் மூடப்பட்டிருந்தது.

திடீரென்று என் ஜன்னலில் டமார் என்று ஒரு சத்தம்.

பஸ்ஸுக்கு இணையாக ஓடும் ஒரு லாரி என் ஜன்னல் அருகே

பக்கவாட்டில் மோதியது.கண்ணாடிகள் சுக்குநூறாக உடைக்கப்பட்டு இருந்தது.

என் முதுகில் தாக்கம் குறைவாக இருந்தது, ஏனென்றால் நான் ஸ்வெட்ஷர்ட் மற்றும் ஹெட்ஃபோன்களை வைத்திருந்தேன், இது உணர்வை முடக்கியது.

நான் திரும்பிப் பார்த்தபோது, என் இருக்கையில் அமர்ந்திருந்த சக பயணிகள், ஜன்னல் கண்ணாடித் துண்டுகளால் காயம் அடைந்திருப்பதை பார்த்தேன்.

அவர்கள் வேதனையில் துடித்தனர். உடைந்த கண்ணாடி துண்டுகளின் விளைவாக அவர்களின் உடலின் பல்வேறு இடங்களில் இருந்து இரத்தம் வழிந்தோடியது.

மற்ற பயணிகள் உதவிக்கு விரைந்தனர், பேருந்து நடத்துனர் அவர்களுக்கு முதலுதவி பொருட்களை வழங்கினார், மேலும் பலர் காயங்கள் குறித்து விசாரித்தனர்.

என் ஹூடிக்கு வெளியே பல கண்ணாடித் துண்டுகள் இருந்த போதிலும், எனக்கு எந்தக் காயமும் ஏற்படவில்லை, அணிந்திருந்த hoodie ,மற்றும் உள்ளே அணிந்திருந்த பனியன் எனக்கு முழு தலை கவசத்தையும்,உடல் பாதுகாப்பையும் அளித்தது.

சம்பவம் நடைபெறுவதற்கு சில வினாடிகள் முன்பு வரை என் தலையை அந்த ஜன்னலில் வைத்து சாய்த்து இருந்தேன்.பின்பு என்ன நினைத்தானோ தெரியவில்லை என் தலையை முன்பக்க இருக்கையில் சாய்த்துக் கொண்டேன்.அப்படி நான் செய்யாமல் இருந்திருந்தால் என்ன நடைபெற்றிருக்கும் என்று நினைத்துப் பார்க்கக் கூட முடியவில்லை.

சம்பவத்திற்கு சில வினாடிகளுக்கு முன்பு கண்ணாடி ஜன்னல்களில் இருந்து என் தலையை எடுக்க என்னை எது தூண்டியது என்று நான் யோசித்துக்கொண்டிருந்தேன்.

நான் கண்ணாடி ஜன்னல்களில் இருந்து என் தலையை உயர்த்தவில்லை என்றால், எனக்கு நிலைமை வேறுவிதமாக இருந்திருக்கும். எனக்கு பல காயங்கள் ஏற்பட்டிருக்கலாம் மற்றும் மருத்துவமனையில் அனுமதிக்க வேண்டியிருக்கலாம்.

இன்றும் அந்த விபத்திலிருந்து நான் எப்படி சில நொடிகளில் தப்பித்தேன் என்று எனக்கு ஆச்சரியமாக இருக்கிறது. அதிர்ஷ்டவசமாக, எனக்கு குறிப்பிடத்தக்க காயங்கள் எதுவும் ஏற்படவில்லை.

இந்த நிகழ்வைத் தொடர்ந்து எனது வாழ்க்கைப் பயணம் தடையின்றி தொடர்ந்தது.

வாசகர் பார்வை:

1.பயணத்தின் போது இதுபோன்ற விபத்து உங்களுக்கு ஏற்பட்டுள்ளதா?

2.வாழ்க்கையில் இரண்டாவது வாய்ப்பு இருந்தால் எந்த தவறை நீங்கள் திருத்த விரும்புகிறீர்கள்?

உங்களது மேலான கருத்துக்கள் மற்றும் விமர்சனங்களை **Indianeditions@gmail.com** என்ற முகவரிக்கு அனுப்புங்கள்

7. கூர்நோக்கு இல்லங்கள்

எனக்கு ஒருமுறை சிறார் கூர்நோக்கு இல்லத்திற்கு செல்ல வாய்ப்பு கிடைத்தது.

சிறார் கூர்நோக்கு இல்லம் என்பது 18 வயதுக்குட்பட்ட சிறார்கள் தண்டனைக்குரிய குற்றங்கள் ஏதேனும் செய்தால்.அவர்களை சிறையில் தள்ளாமல் இதுபோன்ற கூர்நோக்கு இல்லங்களில் அனுமதிக்கப்படுவர்.

காணாமல் போய் அதன் பின்னர் போலீசார் மீட்ட குழந்தைகளும் மற்றும் கடைகளில் குழந்தை தொழிலாளியாக வேலை செய்து போலீசாரிடம் பிடிபட்ட குழந்தைகளும் இங்கே சில காலம் தங்க வைக்கப்படுவர்

இது முற்றிலும் பாதுகாப்பான இல்லமாகும், அதன் அடிப்படையில் நீதிமன்றம் மற்றும் ஏராளமான அரசு துறைகள்

உள்ளன.

எங்களால் முன் அனுமதியுடன் இந்த வளாகத்திற்குள் நுழைய முடிந்தது, மேலும் நாங்கள் பல ஆண்டுகளாக பிற தன்னார்வ தொண்டு நிறுவனங்களுடன் தன்னார்வத் பணி செய்து வருகிறோம், மேலும் சிறுவர்களுடன் உரையாடுவதில் முன்னனுபவமும் இருந்தது.

இல்லத்திற்கு சென்றவுடன் அரசு அதிகாரிகள் நாங்கள் செய்ய வேண்டியவை மற்றும் செய்யக்கூடாதவை பற்றி விளக்கினர்.

அந்த சிறார் விடுதியில் சுமார் 35 சிறுவர்கள் இருந்தனர்.

பல சிறார்களுக்கு அவர்களின் சொந்த பிராந்திய மொழி மட்டுமே தெரியும்.

குழந்தைத் தொழிலாளர் காரணமாக இங்கு தங்க வைக்கப்பட்டிருந்த அல்லது பல்வேறு காரணங்களுக்காக வீடுகளை விட்டு வெளியேறிய சிறார்களைப் பார்க்க நாங்கள் அனுமதிக்கப்பட்டோம்.

அங்கே இருக்கும் அதிகாரிகளுக்கு பல்வேறு மொழிகளைச் சார்ந்த சிறுவர்கள் அந்த கூர்நோக்கு இல்லத்தில் இருப்பதால் அவர்களிடம் அவர்களுக்கு புரியும் தாய்மொழியில் பேசி அவர்களின் விவரங்களை அறிவது சற்று சிரமமாக இருந்தது.

எனவே எங்களை போன்ற.பல்வேறு தன்னார்வலர்கள் அவர்கள் தத்தம் தாய்மொழியில் பேசி அவர்களை மீண்டும் குடும்பத்துடன் இணைப்பதே இதன் நோக்கம்.

எங்கள் பகிரப்பட்ட பிராந்திய மொழியின் அடிப்படையில் தொடர்புகொள்வதற்காக சிறார்களில் ஒருவரைச் சந்திக்க அரசாங்க அதிகாரி எனக்கு அனுமதி வழங்கினார்.

நான் அந்த சிறுவனுடன் உரையாடலை ஆரம்பித்தேன்.

அதே நாளில், நான் மூன்று சிறுவர்களுடன் பேசினேன்.

அவர்கள் அனைவரும் இவ்வளவு சிறிய வயதில் வலியை அனுபவித்து வருகின்றனர்.

அப்படி ஒரு கதையை உங்களுடன் பகிர்ந்து கொள்ள விரும்புகிறேன்.

நான் அவரிடம் கேட்டேன்,

"உன் பெயர் என்ன?

உனக்கு என்ன விளையாட்டு பிடிக்கும்?".

முதலில் பதில் கூறாமல் நின்று அந்த சிறுவன் சிறிது நேரம் கழித்து தயக்கத்துடன் பதிலளிக்க ஆரம்பித்தான்.

நான் அவருக்குப் பிடித்த வீரரைப் பற்றி விசாரித்தேன், அவர் மெதுவாக அவரது அவனது வாழ்க்கையில் நடைபெறற விஷயங்களை சொல்ல ஆரம்பித்தான்.

ஒரு சிறிய கிராமத்தை சார்ந்த அந்த சிறுவன் மிகவும் திறமையானயாகவும், புத்தி கூர்மையுள்ளவனாகவும் தெரிந்தான்.

அவர் தாயார் இறந்துவிட்டார், அவரது தந்தையின் தற்போதைய மனைவி இந்த சிறுவனை சரியாக பார்த்துக் கொள்ளவில்லை,

மேலும் அந்த சிறுவனை தடியால் அடித்துள்ளனர்..

அடிக்கடி ஏதேனும் சண்டை சச்சரவுகள் நடைபெற்றுக் கொண்டே இருந்திருக்கிறது.

இதனால் இந்த சிறுவன் மிகவும் பாதிக்கப்பட்டுள்ளன.

வீட்டை விட்டு ஓட நினைத்து, உள்ளூர் ரயில் நிலையத்திற்குச் சென்று, பல நாட்கள் ரயில் நிலைய நடைமேடையில் தூங்கி, டிக்கெட் இல்லாமல் ரயிலில் ஏறி, பயணம் செய்துள்ளான்.

உண்மையில் அடுத்து என்ன செய்வது என்று தெரியவில்லை, மேலும் வீட்டின் சூழலின் காரணமாக வீட்டை விட்டு தப்பிப்பது மட்டுமே அச்சிறுவனின். ஒரே நோக்கம்.

ரயில் நிலையத்தில் சுற்றித் திரிந்த. வண்ணம் இருந்துள்ளான்.

என்ன செய்வது என்று தெரியவில்லை. அருகில் ஒரு கடை இருந்துள்ளது. அந்த கடைக்காரரிடம் சென்று., எனக்கு ஒரு வேலை வேண்டும் என்று கேட்டுள்ளான். அந்த கடைக்காரரும் சிறிது நேரம் யோசித்துவிட்டு வேலை தருகிறேன் என்று கூறியுள்ளார்.

கடைக்காரர் உடனே அவனுக்கு. வேலை கொடுத்தார், அந்த கடைக்காரர் தங்குவதற்கு இடவசதி சாப்பிடுவதற்கான உணவு,துணிமணிகள் ஆகியவற்றைய கொடுத்துள்ளார். ஆனால் சம்பளம் மட்டும் கொடுக்கவில்லை.

அங்கு சிறுவன். சுமார் 3 மாதங்கள் பணியாற்றியுள்ளான்.

இதை கவனித்துவந்த அருகில் உள்ள ஒரு கடைக்காரர் சிறார்களை கடையில் அமர்த்தியுள்ளார்கள் என்று போலீசாரிடம் புகார் அளித்துள்ளார்.

அந்த புகாரின் பேரில் போலீசார் கடைக்கு சென்று அந்த கடையில் இருந்து சிறுவனைஅழைத்து சென்றனர்,

இவ்வாறாக. அந்த சிறுவன் கூர்நோக்கு இல்லத்தை வந்தடைந்தேன் என்பதை விவரித்தான்.

அந்த சிறுவன் தனது வீட்டிற்குச் செல்வதில் ஆர்வம் காட்டவில்லை,

மேலும், தான் வேலை செய்து பணம் சம்பாதிக்க விரும்புவதாக கூறினான்.

இந்த சிறுவனை பாதுகாப்பாக அவர்களின் பெற்றோரிடம் ஒப்படைக்க வேண்டும் என்பதே கூர்நோக்கு இல்ல அதிகாரிகளின் நோக்கமாக இருந்தது.

அந்த சிறுவனின் நோக்கமும்,அந்த கூர்நோக்கு இல்ல அதிகாரிகளின் நோக்கமும் நேர் எதிராக இருந்தது. ஆனால் இதில் ஒரு நோக்கத்தை மட்டுமே நிறைவேற்ற முடியும்.

சிறுவன் என்பதாலும்,குழந்தை தொழிலாளர் முறை சட்ட விதிகளின்படியும் அந்த சிறுவனை அவர்களின் பெற்றோர்களிடம் ஒப்படைப்பதே இப்போதைக்கு ஒரு நல்ல தீர்வாக இருக்க முடியும் என்பதை மனதில் நினைத்துக் கொண்டே கூர்நோக்கு இல்ல அதிகாரிகளிடம் அந்த சிறுவன் கூறிய விஷயங்களை எடுத்துரைத்தேன்.

இதே போன்று இன்னொரு சிறுவனின் கதையை உங்களுக்கு கூற விரும்புகிறேன்.

நான் பேச ஆரம்பித்ததும் அந்த சிறுவன். அழ ஆரம்பித்தான்.

எனவே சிறிது நேரம் அந்த சிறுவனிடம்.விளையாடினேன்.பின்னர் அந்த சிறுவன் சகஜ நிலைக்குத் திரும்பினான்.

செல்லமாக வளர்ந்த அந்த சிறுவன் பெற்றோரிடம் ஏற்பட்ட சிறிய மனக்கசப்பின் காரணமாக பெற்றோருக்கு தெரியாமல் வீட்டை விட்டு வெளியேறி குறைவான பணத்துடன் ரயில் ஏறி பல்வேறு ஊர்களுக்கு சென்றுள்ளான்.

ஆனால் அவனுக்கு திரும்ப ஊருக்கு செல்ல போதிய பணமில்லாததால் திரும்ப செல்ல மிகவும் கஷ்டப்பட்டு எங்கு செல்வது என்று தெரியவில்லை. யாரிடம் கேட்பது என்றும் புரியவில்லை.

ரயில் நிலையத்தில் தனியாக சுற்றித் திரிந்த சிறுவனை போலீசார் மீட்டு கூர்நோக்கு இல்லத்தில் சேர்த்துள்ளனர்.

இந்த சிறுவனின் தாய்மொழியும் இவனை மீட்ட போலீஸாரின் தாய்மொழியும் வேறு வேறு.

கூர்நோக்கு இல்லத்தின் அரசு அலுவல் மொழியும் வேறு.

எனவே இச்சிறுவன் பேசும், பாஷை அவர்களுக்கு புரியவில்லை. அவர்கள் பேசும் பாஷை இவனுக்கு புரியவில்லை.

எனது தாய்மொழியும் அந்த சிறுவனின் தாய் மொழியும் ஒன்றாக இருந்தது. எனவே அந்த சிறுவன் என்னிடம் எளிதாக கலந்துரையாட முடிந்தது.

அந்த சிறுவன் அவனது விலாசத்தை என்னிடம் கூறினான்.

நான் உடனே சம்பந்தப்பட்ட.கூர்நோக்கு இல்ல அதிகாரிகளிடம் அவர்களது மொழியில் எடுத்துரைத்தேன்.

எனவே, உடனடியாக அவரது வீட்டிற்கு அருகில் உள்ள உள்ளூர் காவல் நிலையத்திற்கு

தொடர்பு கொண்டனர்.அவர்களது பெற்றோர்களிடம் பேச வைத்தனர்.

அந்த கூர்நோக்கு இல்லத்தில் சிறப்பு நீதிமன்றம் இருந்தது.அந்த சிறுவன் மற்றும் அவரது பெற்றோர்களின் ஆவணங்களை சரி பார்த்த சிறிது நாட்களில் அந்த சிறுவனை பெற்றோர் அழைத்துச் சென்றனர்.

வாசகர் பார்வை:

1.இது போன்ற கதைகள் உங்களிடம் உள்ளதா அல்லது உங்கள் நிறுவனத்தில் குழந்தைத் தொழிலாளர்களை வேலைக்கு அமர்த்தியுள்ளீர்களா?

2.சிறு வயதில் குழந்தை தொழிலாளியாக வேலை பார்த்திருக்கிறீர்களா?

3.முதல் கதையில் சிறுவனை பெற்றோரிடம் ஒப்படைக்க வேண்டுமா அல்லது சரியான வயதை அடைந்த பிறகு வேலை செய்ய அனுமதிக்கப்பட வேண்டுமா?

4.ஒரு வாசகராக, இதைப் பற்றி உங்கள் கருத்து என்ன?

உங்களது மேலான கருத்துக்கள் மற்றும் விமர்சனங்களை *Indianeditions@gmail.com* என்ற முகவரிக்கு அனுப்புங்கள்.

8. ஒரு மராத்தான் கதை

எங்கள் ஊர் பகுதியில் சில தன்னார்வ தொண்டு நிறுவனங்கள் இணைந்து ஒரு மராத்தான் போட்டி நடத்த திட்டமிடப்பட்டது.

அதுக்கு நிறைய தன்னார்வலர்கள் தேவைப்பட்டார்கள். நானும் ஒரு தன்னார்வலராக இந்த நிகழ்வில் இணைந்தேன்.

மராத்தான் ஓட்டம் தேசிய நெடுஞ்சாலையில் நடத்த திட்டமிடப்பட்டது. தேசிய நெடுஞ்சாலைக்கு அருகில் நிகழ்ச்சி நடைபெறுவதால், போக்குவரத்தை ஒழுங்குபடுத்த வேண்டிய தேவை இருந்தது. நெடுஞ்சாலையில். போக்குவரத்து. மற்றும் மராத்தான் ஓட்டப்பந்தய வீரர்களை நிதி முறைப்படுத்தும். தன்னார்வக் குழுவில் நானும். இடையில் இணைந்தேன்.

நான், ஒரு சில தன்னார்வலர்களுடன் அதிகாலை 4.00 மணியளவில் நிகழ்ச்சிக்கு சென்றேன்.

எங்கள் தரப்பிலிருந்து என்ன செய்ய வேண்டும் என்பது குறித்து எங்களுக்கு தெளிவான அறிவுறுத்தல்கள் வழங்கப்பட்டன.

போட்டியானது 3 கிமீ மற்றும் 5 5 கிமீ & 8.5 கிமீ & 21 கிமீ என பல வகைகளாக பிரிக்கப் பட்டிருந்தது.

எனவே ஒவ்வொரு வகை பிரிவிற்கும் எவ்வாறு மராத்தான் ஓட்டம்.செல்ல வேண்டும் என்று வரையறையும் கொடுக்கப்பட்டது.

ஓய்வுபெற்ற ஐபிஎஸ் அதிகாரியும், தமிழகத்தின் முன்னாள் டிஜிபியுமான திரு.சைலேந்திர பாபு அவர்கள் சிறப்பு விருந்தினராக கலந்து கொண்டார்.

அவர் பல்வேறு நிகழ்வுகளில் ஊக்கமளிக்கும் உரைகளை தொடர்ந்து வழங்கி வருகிறார்.பலருக்கு அவருடன் புகைப்படம் எடுக்கும் வாய்ப்பு கிடைத்தது.

அவர் தற்போது ஓய்வு பெற்றாலும், தனது உடற்தகுதியை தொடர்ந்து பராமரித்து வருவதோடு, சைக்கிள் ஓட்டுதல் மூலமாகவும் மாரத்தானில் பங்கேற்றார்.

ஒரு தன்னார்வலராக எங்கள் பணி தொடங்கியது, நாங்கள் நியமிக்கப்பட்ட இடத்திற்குச் சென்றோம், அது முக்கிய போக்குவரத்து சமிக்ஞைக்கு(Signal) அருகில் இருந்தது.

மாரத்தான் வீரர்கள் தங்கள் பயணத்தில். இடையூறு ஏற்படாதவாறு போக்குவரத்தை ஒழுங்குபடுத்துவதே எங்கள் வேலை.

மராத்தான் போட்டி யாளர்கள் சரியான பாதையில் செல்கிறார்களா என்பதை கவனித்து அவர்களுக்கு ஏதும் இடையூறு ஏற்படாதவாறு போக்குவரத்தை சமாளித்து அவர்களை வழிநடத்த வேண்டும்.

போட்டியானது நடைபெற்றது அதிகாலை என்பதால் போக்குவரத்து நெரிசல் மிகவும் குறைவாகவே இருந்தது.

நேரம் செல்ல செல்ல போக்குவரத்து நெரிசல் சற்று அதிகமாகிக் கொண்டே வந்தது.

பரபரப்பான தேசிய நெடுஞ்சாலையின் மையத்தில் சாலை சுற்று மண்டபம்(Roundana) அருகில் நின்று கொண்டிருந்தேன்.

மராத்தான் வீரர்கள் ஓடத் தொடங்கினர், நாங்கள் கைதட்டி அவர்களை உற்சாகப்படுத்தினோம்.

இதில் சுமார் 2000 வீரர்கள் கலந்து கொண்டனர்.

நேரமாக போக்குவரத்து நெரிசலும் அதிகமாகிக் கொண்டே இருந்தது. எங்களுடன் போக்குவரத்து போலீசாரும் சேர்ந்து போக்குவரத்தை சீர் செய்ய தொடங்கினர்.

திட்டப்படி, 21 கி.மீ., ஓடிக் கொண்டிருந்த மாரத்தான் ஓட்டப்பந்தய வீரர்கள், லேன் வழியாகச் சென்று, குறிப்பிட்ட பகுதிகளைச் சுற்றி, நான் நின்ற அதே சாலை சிக்னல் வழியாக திரும்பி வர வேண்டும்.

இந்த சாலை சிக்னல் 2 சாலைகள் சந்திக்கும் குறுக்கு சாலை.

இதனால் ஏராளமான வாகனங்கள் கடந்து சென்றதால், போக்குவரத்து போலீசாரின் வழித்தடத்தின் அடிப்படையில் போக்குவரத்து திருப்பி விடப்பட்டது.

பரபரப்பான சாலையில் போக்குவரத்தை சரிசெய்வது வித்தியாசமான அனுபவமாக இருந்தது.

மாரத்தான் ஓட்டப்பந்தய வீரர்கள் விரைவில் நாங்கள் நிற்கும் இடத்தை அடைவார்கள் என்று எதிர்பார்த்தோம்.

இதற்கிடையில், மாவட்ட காவல்துறை கண்காணிப்பாளர் (டிஎஸ்பி) அதே போக்குவரத்து சிக்னல் அருகே வந்து போக்குவரத்தை நிர்வகிக்கத் தொடங்கினார்.

கடிகாரம் காலை 7:00 ஐ நெருங்கியபோது, எதிர்பாராத சம்பவம் நடந்தது.

நான் நின்ற சாலையை நோக்கி ஒரு லாரி வந்து கொண்டிருந்தது. டிஎஸ்பி வாகனத்தை நிறுத்த சைகை காட்டினாலும், அது முன்னோக்கி ஊர்ந்து சென்றது. மற்ற தன்னார்வலர்களுடன் சேர்ந்து, நான் டிரக்கை நிறுத்தும்படி சைகை செய்தேன், ஆனால் டிரைவர் எங்கள் கட்டளைகளை மதிக்காமல் சென்றார்.

ஏராளமான போலீசார் லாரியை மறிக்க முயன்றனர், ஆனால் அது இடைவிடாமல் தொடர்ந்து நகர்ந்தது, அது,அப்பகுதியில் பீதியை ஏற்படுத்தியது.

தடுக்க முயன்றவர்களையும் இடித்து. செல்வது போல் மிகவும் வேகமாக இயக்க ஆரம்பித்தார் அந்த லாரியின் டிரைவர்.

இதையடுத்து, காவல் துறையினர் தங்களது வாக்கி-டாக்கிகள் மூலம் அருகில் உள்ள ஸ்டேஷன்களுடன் தொடர்பு கொண்டு, சில கிலோமீட்டர் தொலைவில் வாகனத்தை மடக்கிப் பிடித்தனர்.

மேலும் லாரி ஓட்டுநர் முழுவதும் குடிபோதையில் இருந்தது தெரியவந்தது.

அதிர்ஷ்டவசமாக, யாருக்கும் காயம் ஏற்படவில்லை, மேலும் போலீசார் விரைந்து நடவடிக்கை எடுத்ததால், அசம்பாவித சம்பவங்கள் நடைபெறாமல் தடுக்கப்பட்டது.

அந்த வாரி ஓட்டுனர் குடிபோதையில் அந்த கூட்ட நெரிசலுக்குள் வண்டியை விட்டு இருந்தால் இவ்வளவு பெரிய அசம்பாவிதம் நடைபெற்றிருக்கும்.என்பதை நினைத்துக் கூட பார்க்க முடியவில்லை.

வீரர்களும் தங்கள் ஓட்டத்தை நிறைவு செய்தனர்.

அவர்களுக்கு தேவையான தண்ணீர் மருத்துவ வசதி மற்றும் உடற்பயிற்சி போன்ற ஏற்பாடுகள் சிறப்பான முறையில் செய்யப்பட்டு இருந்தது..

, மேலும் பல ஸ்டால்கள் இருந்தன, அவை புத்துணர்ச்சி மற்றும் பிசியோ மற்றும் இதய பயிற்சிகளுக்கானவை.

இவ்வாறாக மராத்தான் ஓட்ட நிகழ்வு எந்த அசம்பாவிதமும் இன்றி சிறப்பாக முடிந்தது.

வாசகர் பார்வை:

1.நீங்கள் எப்போதாவது மராத்தானில் பங்கேற்றிருக்கிறீர்களா?

2.மராத்தான் ஓட்டத்தில் உங்களுக்கு ஏதேனும் சிரமங்கள் ஏற்பட்டுள்ளதா?

3.உங்களுக்கு மராத்தான் போட்டியில் ஏதேனும் அசம்பாவிதம் ஏற்பட்டுள்ளதா?

உங்களது மேலான கருத்துக்கள் மற்றும் விமர்சனங்களை *Indianeditions@gmail.com* என்ற முகவரிக்கு அனுப்புங்கள்.

9. சந்தைப்படுத்தல் யுக்தி

கண்காட்சிகளில் கலந்து கொள்வது என்பது எனக்கு மிகவும் பிடித்த விஷயம்.

அவை அறிவியல், கார்கள், விவசாயம் அல்லது வேறு எதைப் பற்றியதாக இருந்தாலும், எனக்கு மிகவும் பிடிக்கும்.

எனவே எனது ஊர் அருகில் எப்போது இதுபோன்ற கண்காட்சிகள் நடைபெற்றாலும் சென்றுவிடுவேன்.

எங்கள் ஊரிலிருந்து சுமார்.80 கிலோ மீட்டர் தொலைவில் உள்ள நகரில், கண்காட்சிக்கு ஏற்பாடு செய்யப்பட்டிருந்தது. அது

ஒரு விவசாய கண்காட்சி.

அதனால் அந்த விவசாய கண்காட்சிக்கு செல்ல எண்ணினேன். அது ஒரு ஞாயிற்றுக்கிழமை.

அன்று, நான் எனது ஊரில் இருந்து நிகழ்ச்சி நடக்கும் கோடிசியா (கோவை மாவட்ட சிறுதொழில் சங்கம்) க்கு பேருந்தில் பயணித்தேன்.

இந்த நிகழ்ச்சிக்கு கணிசமான அளவில் விவசாயிகள் மற்றும் மாணவர்கள் திரண்டதால், கூட்டம் அலைமோதியது.

கண்காட்சி நேரம் காலை 10.00 மணி முதல் மாலை 5.00 மணி வரை. நான் அந்த இடத்திற்கு சீக்கிரமாகச் சென்றதால், சிறிது நேரம் காத்திருந்தேன்.

இந்த விவசாய கண்காட்சியை பார்வையிட அனுமதிச் சீட்டு அவசியம். இந்த அனுமதி சீட்டை ஆன்லைனில் பெறலாம் அல்லது இன்றைய பிரத்தியோகமாக அமைக்கப்பட்ட ஸ்டாலில் ₹50 கட்டணம் செலுத்தி பெற்றுக்கொள்ளலாம். மாணவர்களுக்கு இது முற்றிலும் இலவசம். அவர்கள் தங்கள் அடையாள அட்டையை காண்பித்தால் போதும்.

நான் ஆன்லைனில் அனுமதிச் சீட்டை பெற்று உள்ளே நுழைந்தேன்.

5 மெகா அரங்குகள் இருந்தன.

அவைகளுக்கு ஏ, பி, சி, டி மற்றும் இ என்று பெயரிடப்பட்டிருந்தது.

ஒவ்வொரு மண்டபத்திலும் சுமார் 50 ஸ்டால்கள் பரந்த

அளவிலான விவசாயப் பொருட்களை காட்சிப்படுத்தி இருந்தனர்.

ஒரு கூடம் குறிப்பாக விவசாய இயந்திரங்களுக்கு என பிரத்யோகமாக அமைக்கப்பட்டிருந்தது.

அங்கு நான் எனது வீட்டிற்கு சில தோட்டக்கலை கருவிகளை வாங்கினேன்.

கூடுதலாக, டிராக்டர்களைக் கொண்ட ஏராளமான ஸ்டால்கள் இருந்தன, பல நிறுவனங்கள் தங்கள் சமீபத்திய மாடல்களை
விற்பனைக்காக வைத்திருந்தனர்.

இன்னும் ஒரு சில ஸ்டால்களில். சில விவசாய கல்லூரி மாணவர்களும், ஆசிரியர்களும் பங்கேற்று தங்கள் கல்லூரியில் கண்டுபிடித்த விவசாயம் சம்பந்தப்பட்ட தொழில்நுட்ப சாதனங்களை காட்சிப்படுத்தியிருந்தனர்.

பல்வேறு வகையான விதைகளை பிரத்தியேகமாக வழங்கும் ஒரு ஸ்டாலும் இருந்தது.

நான் கிட்டத்தட்ட அனைத்து ஸ்டால்களையும் பார்வையிட்டேன்,

விவசாய பொருட்களை மதிப்பு கூட்டப்பட்ட பொருட்களாக மாற்றுவது மற்றும் அவை எவ்வாறு சந்தைப்படுத்தப்படுகிறது என்பதை கண்டு வியந்தேன்.

இளநீர், துண்டு துண்டான சாறுகள், பருப்பு வகைகள் மற்றும் தானியங்கள் வரையிலான தயாரிப்புகள் மிகவும் திறமையான முறையில் சந்தை படுத்தப்பட்டிருந்தது.

ஊட்டியில் (தமிழகத்தில் உள்ள மலை நகரம்) நேரடியாக உற்பத்தி செய்யப்படும் தேயிலை தேயிலை தூளை கொண்டு தயாரிக்கப்பட்ட டீயை அருந்தினேன்.

அடுத்த மண்டபத்திற்கு எனது பயணத்தைத் தொடர்ந்தேன். செம்மறி ஆடுகள் மற்றும் குதிரைகளுக்கு தனித்தனி ஸ்டால்கள் இருந்தன, அதன் விலை வரம்பு தோராயமாக ஒரு லட்சம்.

அடுத்ததாக மெஷினரி ஸ்டால் ஒன்றிற்குச் சென்றேன்.

அங்கு ஒரு நபர் வித்தியாசமான முறையில் நின்று கொண்டிருந்தார்.

அவரை சுற்றி பல பேர் நின்றுகொண்டு அவரை கவனித்து கொண்டிருந்தனர்.

அவரது டி-ஷர்ட்டில் அவர் சார்ந்த நிறுவனத்தின் சின்னம் பொறிக்கப்பட்டிருந்தது.

மேலும், அவரது கை, கால், கழுத்துப் பகுதி, தலை, நெற்றி என அனைத்து இடங்களிலும் நகைகளை எக்கச்சக்கமாக அணிந்திருந்தார்.

பார்ப்பவர்கள் அனைவரையும் திடீரென்று.கவனத்தை ஈர்ப்பதை போன்று அவர் செயல்பட்டுக்கொண்டிருந்தார்.

இது எனக்கு மிகவும் விசித்திரமாகவும் வித்தியாசமாகவும் தெரிந்தது.

அவர் ஒரு பிரபலமான நபரா அல்லது அந்த குறிப்பிட்ட வணிகத்தின் உரிமையாளரா? என எண்ணிக்கொண்டே, நான் அவரை அணுகி அதைப் பற்றி அவரிடம் கேட்டேன்.

பலர் அவரைச் சுற்றி கூடி அவருடன் புகைப்படம் எடுத்துக்

கொண்டனர்,

மேலும் அந்த குறிப்பிட்ட நிறுவன ஸ்டால் மிகவும் பிரபலமானது.

உண்மையில், அவர் நிறுவனத்தின் உரிமையாளரோ அல்லது பிரபலமான நபரோ அல்ல.

இது உண்மையில் ஒரு சந்தைப்படுத்தல் தந்திரம், மேலும் அவர் அந்த குறிப்பிட்ட நிறுவனத்தின் ஊழியர் மட்டுமே. நானும் அவரை நெருங்கி அவருடன் செல்ஃபி எடுத்துக்கொண்டேன்.

ஒரு எளிய மார்க்கெட்டிங் உத்தி அல்லது ஒரு மாற்று நடவடிக்கை நிறுவனத்தில் எவ்வாறு தாக்கத்தை ஏற்படுத்தலாம் மற்றும் ஒரு நிறுவனத்திற்கு எவ்வளவு திறம்பட விளம்பரம் செய்ய முடியும் என்பதை நான் உணர்ந்தேன்.

அடுத்து, வெவ்வேறு கால்நடை இனங்கள் காட்சிக்கு வைக்கப்பட்டுள்ள அருகில் உள்ள மண்டபத்திற்குச் சென்றேன்.

என் வாழ்நாளில் இதுபோன்ற பலவகையான இனங்களை நான் பார்த்ததே இல்லை.

இறுதியாக, நான் சில இயற்கை சோப்பு தயாரிப்புகளை வாங்கி என் வீட்டிற்கு வந்தேன்.

வாசகர் பார்வை:

1.இதற்கு முன் கண்காட்சிகளில் பங்கேற்றிருக்கிறீர்களா?

2.உங்கள் மார்க்கெட்டிங் உத்தி அல்லது உங்களை மிகவும் ஈர்க்கும் மார்க்கெட்டிங் உத்தி பற்றி எங்களிடம் கூறுங்கள்?

3.உங்கள் மனதில் ஏதேனும் சந்தைப்படுத்தல் யோசனை உள்ளதா,

அவற்றை செயல்பாட்டில் கொண்டு வருவீர்களா?

உங்களது மேலான கருத்துக்கள் மற்றும் விமர்சனங்களை *Indianeditions@gmail.com* என்ற முகவரிக்கு அனுப்புங்கள்.

10. புத்தாண்டு கொண்டாட்டம்

எனது *IT* வாழ்க்கையின் தொடக்க. காலம். நான் பெங்களூரில் வேலை செய்து கொண்டிருந்த போது நடந்த சம்பவம். நான் பெங்களூரில் ஒரு *PG* இல் தங்கியிருந்தேன்.

பெங்களூரில் புத்தாண்டு எப்படி கொண்டாடப்படும், பெங்களூரில் எந்தெந்த இடங்களில் கொண்டாட்டங்கள் அதிகமாக இருக்கும் என்று விவாதித்துக் கொண்டிருந்தோம்.

புத்தாண்டு தினத்தன்று மக்கள் சாலைகளில் கூடி கொண்டாடும் இடம் எவை என கேட்டுக் கொண்டிருந்தோம்.

எம்.ஜி சாலையில் தான் அதிக கொண்டாட்டம் இருக்கும் என்று எனது பெங்களூரு நண்பர்கள் கூறினார்கள்.

அதனால் நானும் எனது சில நண்பர்களும் வரவிருக்கும் புத்தாண்டை எம்ஜி சாலை வீதிகளில் சென்று கொண்டாட திட்டமிட்டோம்.

புத்தாண்டு நாளும் வந்தது நானும் 3 நண்பர்களும் சேர்ந்து எம்ஜி ரோடு செல்ல திட்டமிட்டோம். மடிவாலா அருகே ஒரு ஹோட்டலில் இரவு உணவை முடித்தோம்.

மேலும் எங்கள் பயணத்தைத் தொடங்க நாங்கள் ஒரு ஆட்டோ எடுத்தோம், அங்கு செல்ல சுமார் 150 ரூபாய் செலவானது.

நாங்கள் பெங்களூருக்குப் புதியவர்கள் என்பதால், அந்த இடத்திற்கு பற்றிய புரிதல் அவ்வளவாக இல்லை.

இதனால், புத்தாண்டு தினத்தன்று துல்லியமாக என்ன நடக்கப் போகிறது என்று எங்களுக்குத் தெரியவில்லை.

ஒரு வழியாக எம் ஜீ. சாலையை அடைந்தோம்.

மக்கள் கூட்டம் அலைமோதியது. எங்கு பார்த்தாலும் 20 - 30 வயதுக்குட்பட்ட இளைஞர்களே தென்பட்டார்கள்.

அனைவரும் அந்த சாலையை சாலையில் நின்று கொண்டு இசைக்கப்பட்ட பாடலுக்கு ஏற்ப நடனமாடி. வருகிற புத்தாண்டை வரவேற்க காத்திருந்தார்கள்.

நாங்களும் இந்த கூட்டத்தில் கலந்து கொண்டோம். முன்னோக்கி நகர ஆரம்பித்தோம், அதற்குள் மணி 11.30 மணி ஆனது. எம். ஜீ. சாலையின் மையப் பகுதியை அடைந்தோம்.

அங்கே கட்டப்பட்டிருந்த ஸ்பீக்கர் மற்றும் டிரம்ஸ், திரை.

சாதனங்களின் ஒலி ஒளி மிகவும் அதிகமாக இருந்தது.

நேரம் ஆக ஆக., அங்கு நடனமாடிக்கொண்டிருந்த பலர் அந்த இடத்தை விட்டு வெளியேறத் தொடங்கினர், மேலும் அங்கு பலத்த போலீஸ் பாதுகாப்பு போடப்பட்டது.

கூட்டம் அதிகமா இருப்பதால் போலீசார் பாதுகாப்பு கொடுப்பதாக நினைத்தோம். அங்கே பொருத்தப்பட்டிருந்த ஸ்பீக்கரில் சில முன்னறிவிப்புகள் கொடுக்கப்பட்டது.

ஆனால் அது கன்னட மொழியில் இருந்தது. புத்தாண்டை எப்படி வரவேற்பது என்பது பற்றி கூறிக் கொண்டிருக்கிறார்கள் என்று நினைத்தோம்.

புத்தாண்டு. எப்பொழுது பிறக்கும் என்று ஆவலாக காத்திருந்தோம். சரியாக நள்ளிரவு 12:00 மணி ஆனது. மீண்டும் ஸ்பீக்கரில் ஏதோ ஒரு முன்னறிவிப்பு கொடுக்கப்பட்டது.

அங்கிருந்து. மக்கள் திடீரென்று அலையலையாக ஓடத்தொடங்கினர். போலீஸ்காரர்கள் அங்கு கூடியிருந்த மக்களை நோக்கி வேகமாக. வர ஆரம்பித்தனர்.

எங்களுக்கு என்ன நடக்கிறது என்றே புரியவில்லை. எதற்காக போலீசார் கேடயங்களுடன் எங்களை நோக்கி வருகிறார்கள் என்றும் புரியவில்லை.

திடீரென போலீசார் கூட்டத்தின் மீது தடியடி நடத்தத் தொடங்கினர், அங்கிருந்தவர்கள் அனைவரும் அங்குமிங்கும் சிதறி ஓடத் தொடங்கினார்கள்.

நாங்கள் இந்த இடத்திற்கு புதியவர்கள் என்பதால், எங்கு ஓடுவது என்று தெரியவில்லை.

எனவே நாங்கள் கூட்டத்தைப் பின்தொடர்ந்தோம். மொத்த

கூட்டத்தையும் நான்கு பக்கமும் போலீசார் சூழ்ந்துகொண்டு தடியடி நடத்த ஆரம்பித்தனர்.

சில நொடிகள் திகைத்து நின்றேன்.

அருகில் இருந்த நண்பர்கள் மூவரையும் காணவில்லை அவர்கள் எங்கு சென்றார் என்றும் தெரியவில்லை.

நான் அருகில் இருந்த ஒரு சிறிய கடையின் முகப்பு பகுதியில் குகை. போன்ற ஒரு அமைப்பு இருந்தது.அங்கு சென்று ஒரு டீக்கடைக்காரர் போல நின்றுகொண்டேன்.

அந்த பகுதியே மிகவும் களேபரம் ஆனது போல் காட்சியளித்தது.

சரியாக 10 நிமிடத்தில் போலீஸார் அந்தப் பகுதி முழுவதையும் கட்டுப்பாட்டுக்குள் கொண்டு வந்தனர். அந்த இடம் முழுவதும் நிசப்தமாக காட்சி அளித்தது.

மொத்தமாக அந்த சாலை முழுவதும்.தற்போது வெறும் 5 - 10 நபர்கள் மட்டுமே.இருந்தனர். அதில் நானும் ஒருவன்.எனக்கு இந்த பகுதியை விட்டு எப்படி வெளியேறுவது என்றே புரியவில்லை.

சுமார் 30 மீட்டர் தொலைவில் ஒரு போலீஸ்காரர் ஒரு கையில் லத்தி இன்னொரு கையில் கேடயம் தலையில் ஹெல்மட் போட்டுக்கொண்டு நின்று கொண்டிருந்தார்.

நான் சிறிது தயக்கத்துடன் அவரிடம் சென்று என்ன நடக்கிறது?என்று ஆங்கிலத்தில் விசாரித்தேன்.

நாங்கள் இந்த பகுதியில் 11.30 க்கு மேல் கூட்டம் கலைந்து செல்ல வேண்டும் என்று தொடர்ந்து முன்னறிவிப்புகளை கொடுத்துக் கொண்டே இருந்தோம்.ஆனாலும்.அந்த அறிவிப்புகளை கேட்காமல் இங்கு பலபேர் கூடி இருந்தார்கள்.

எனவே.அந்தக் கூட்டத்தை கட்டுப்படுத்தகிறோம் என்று கூறினார்.

நள்ளிரவு *12:00* மணிக்குப் பிறகும் கூட்டம் நகராததால், நாங்கள் லத்தி சார்ஜ் செய்ய வேண்டிய கட்டாயத்துக்கு தள்ளப்பட்டோம். என்று போலீஸ் அதிகாரி என்னிடம் கூறினார்.

எனக்கு அவ்வளவாக கன்னடம் தெரியாது என்பதால் நீங்கள் கொடுத்த முன்னறிவிப்புகளை என்னால் புரிந்துகொள்ள முடியவில்லை என்று கூறினேன்.

ஆங்கிலத்தில் கூறியதை புரிந்து கொண்ட போலீஸ்காரர் எனக்கு சிறிது தூரத்திலுள்ள ஆட்டோ ஸ்டாண்ட் செல்வதற்கு வழி காட்டினார்.

மணி சரியாகப் *12:20* ஆனது.நான் சிறிது தூரம் நடந்து ஆட்டோ ஸ்டாண்டை அடைந்தேன்.

எனது நண்பர்கள் அங்கு நடந்த களேபரத்தில் எங்கு சென்றார்கள் என்றே தெரியவில்லை.

அவர்களும் இந்த இடத்திற்கு புதியவர்கள். எனவே,நான் அவர்களை தொலைபேசியில் தொடர்பு கொண்டு கேட்ட பொழுதும் அவர்களால் எந்த இடத்தில் நிற்கிறார்கள் என்று சரியாக சொல்ல தெரியவில்லை.

சிறிது நேர முயற்சிக்குப் பின் எனது நண்பர்களை தேடிக் கண்டுபிடித்தேன்.

பின்னர் ஆட்டோ பிடித்து நாங்கள் தங்கியிருக்கும் விடுதியை அடைந்தோம்.

இறுதியாக, எங்கள் புத்தாண்டு கொண்டாட்டங்கள் மிகுந்த பரபரப்புக்கு இடையே முடிவுக்கு வந்தது.

இந்த சம்பவத்திற்கு பிறகு நானும் ஒரளவு பேசக்கூடிய/புரிந்துகொள்ளக்கூடிய அளவுக்கு கன்னடம் கற்றுக்

கொண்டேன்.

அங்கு எனக்கு கிடைத்த நண்பர்களும், அந்த ஊரிலுள்ள மக்களும் மிகவும் நன்றாக பழகக்கூடியவர்கள்.

பெங்களூரில் இருப்பது என சொந்த ஊரில் இருப்பது போன்று ஒரு உணர்வைத்தான் எனக்கு ஏற்படுத்தியது.

வாசகர் பார்வை:

1.எந்த ஒரு ஆராய்ச்சியும் செய்யாமல் நீங்கள் எப்போதாவது புதிய இடங்களுக்கு பயணம் செய்திருக்கிறீர்களா?

2. புதிய இடம் ஒன்றில் நடந்த விசித்திரமான சம்பவத்தைப் பற்றி சொல்லுங்கள்.

3. முடிந்தால், இதுபோன்ற சூழ்நிலைகளை நீங்கள் எவ்வாறு கையாண்டீர்கள் என்பதை என்னிடம் பகிர்ந்து கொள்ளுங்கள்.

உங்களது மேலான கருத்துக்கள் மற்றும் விமர்சனங்களை *Indianeditions@gmail.com* என்ற முகவரிக்கு அனுப்புங்கள்.

65

11. கோவா பயணம்

எனது நண்பர்களில் ஒரு சிலர், ஒவ்வொரு ஆண்டும் டிசம்பர் மாதத்தில் கோவா சென்று இரண்டு வாரம் தங்கி அங்கே அலுவல் பணிகளை மேற்கொள்வதை வழக்கமாக கொண்டிருந்தனர்.

அவர்கள் தாங்களாகவே சமைத்து, மாலை நேரத்தில், வேலை முடிந்ததும், கடற்கரைகளுக்குச் சென்று கோவாவைச் சுற்றித் பார்ப்பார்கள்.

கரோனா காலத்திற்கு பின்பு கணினி துறையில் வேலை செய்யும் பலருக்கு வீட்டலயே இருந்து வேலை செய்ய அனுமதி கிடைத்தது.

எனவே இவ்வாறு சுற்றுலா தலங்களுக்கு சென்று சில நாட்கள் தங்கி அலுவல் பணிகளையும் மேற்கொள்வது பலரின் வாடிக்கையாக இருந்தது.

இந்த கோவா பயணத்திற்கு எனது நண்பன் என்னை நீண்ட நாட்களாக அழைத்துவந்தான்..

சரி இந்த முறை நாமும் செல்வோம் என்று முடிவெடுத்திருந்தேன். ஆனால் என்னால் இரண்டு வாரங்கள் தங்க முடியாது. எனவே அவர்கள் கோவாவிற்கு சென்ற பிறகு சில நாட்கள் கழித்து நானும் செல்லலாம் என்று முடிவெடுத்தேன்.

கோவாவிற்கு ரயிலில் முன்பதிவு செய்தேன்.

எனது ஊரிலிருந்து கோவாவை அடைய ரயிலில் பயணம் செய்தால் சுமார் 18 மணி நேரம் ஆகும்.

நான் ஏற்கனவே ரயில் டிக்கெட்டை ஆன்லைனில் முன்பதிவு செய்திருந்தேன்.

எனக்கு படுத்துக் கொண்டே செல்லக்கூடிய கீழ் பர்த்(Lower Berth). இருக்கை உறுதி செய்யப்பட்டிருந்தது.

நான் திட்டமிட்டபடி ரயிலில் பயணம் மேற்கொள்ள ரயில் நிலையம் சென்று ரயிலுக்காக காத்திருந்தேன்.

ரயில் அரை மணி நேரம் தாமதமாய் வந்தது.

ஒருவழியாக ரயிலில் ஏறி எனது இருக்கைக்கு சென்று பயணத்தை ஆரம்பித்தேன்.

சிறிது நேரத்தில் மேல் இருக்கையில் இருந்த நபர் தனக்கு அசௌகரியமாக இருப்பதாகவும் மேல் பர்த்தில்.Upper Berth) படுத்துக் கொள்கிறீர்களா? நான் கீழ் பர்த்தில்(Lower Berth) எடுத்துக் கொள்கிறேன் என்று கேட்டார்.

நானும் சிறிது யோசித்து பார்த்துவிட்டு,கீழ் பர்த்தில் படுத்து இருந்தால் நீண்ட தூரம் பயணிப்பது சிறிது அசவுகரியமாக இருக்கும் என்று எண்ணி மேல் பர்த்தை எடுத்துக் கொள்ள சம்மதித்தேன்.

ரயில் பயணங்கள் மிகவும் அலாதியானது,நம்மை பற்றி

சுயசிந்தனை மேற்கொள்ள,நமக்கு பிடித்தமான கதை கட்டுரைகள், கவிதைகள்.மற்றும் இயற்கை காட்சிகளை ரசித்துக்கொண்டே செல்ல ரயில் பயணமே எனக்கு மிகவும் சிறந்ததாக தோன்றும்.

ரயிலில் கிடைத்த உணவுகளை சாப்பிட்டுவிட்டு சரியாக இரவு 10.00 மணியளவில் நான் தூங்கிவிட்டேன்.

அதிகாலை 4:00 மணிக்கு நான் சென்று கொண்டிருந்த ரயிலானது. கோவாவை சென்றடையும். எனவே எனது தொலைபேசியில் 4:00 மணிக்கு அலார்ம் வைத்திருந்தேன்.

நீண்ட பயண களைப்பு காரணமாக ஆழ்ந்த உறக்கத்தில் இருந்தேன்.

சரியாக காலை 4:00 மணி அளவில் எனக்கு தொலைபேசியில் இருந்து அலாரம் அடிக்கும் சத்தம் கேட்டது. உடனே கண் விழித்தேன். அதிகாலை நேரமென்பதால் ரயிலில் மின் விளக்குகள் எரியவில்லை.

ரயிலும் ஏதோ ஒரு இடத்தில் நிற்பதை உணர்ந்தேன்.

கோவா ஸ்டேஷன் வந்துவிட்டதாக நான் நம்பினேன், அதனால் உடனே எனது மேல் பர்த் (Upper Berth) இருக்கையில் இருந்து எழுந்து உட்கார்ந்தேன்.

அவசர அவசரமாக ரயிலின் மேல் பெர்த்தில் இருந்து கீழே இறங்க முயன்றேன்.

துரதிர்ஷ்டவசமாக, என் கால்களில் பெட்ஷீட் சிக்கிக் கொண்டது.

மேல் இருக்கையில் இருந்து கால்கள் இடறி பொத் என்று ரயிலின் உள்ளே உள்ள தரையில் கீழே விழுந்தேன்.

வெளிச்சம் இல்லாததாலும், அனைவரும் உறங்கிக் கொண்டிருந்ததாலும், இந்த இக்கட்டான சூழ்நிலையில் எனக்கு உதவ யாரும் இல்லை.

என்னால் மீண்டும் எழுந்து நிற்க முடியவில்லை, என் ஆற்றல் உண்மையில் பூஜ்ஜிய நிலைக்கு சென்றது.

ரயிலின் தரையிலிருந்து என்னால் எழுந்திருக்க முடியவில்லை. என் விலா எலும்புகள் மிகவும் வலித்தது, என் இடது கையை நகர்த்துவது மிகவும் கடினமாக இருந்தது.

சில நிமிடங்களுக்குப் பிறகு, அந்த இடத்திலிருந்து கஷ்டப்பட்டு எழுந்தேன்

எனக்கு மிகப்பெரிய அதிர்ச்சி அளித்தது. என்னவென்றால் ரயில் இன்னும் கோவா ரயில் நிலையத்தை அடையவில்லை. ரயில் சிக்னலுக்காக காத்திருந்தது. என் உடம்பில் தாங்க முடியாத வலி.

எனது வலது கையால் எனது பையில் இருந்த இருந்து தண்ணீர் பாட்டிலை எடுத்து தண்ணீர் கொடுத்தேன்.

எனது இடது கை, விலா பகுதி, மார்புப் பகுதி, காலர் எலும்பு பகுதியில் அதிக வலி ஏற்பட்டு இடது கையை தூக்க முடியயவில்லை.

ஹெல்ப்லைன் இருந்ததால் உடனடியாக ரெயில்வே அதிகாரிகளுக்கு அலைபேசி மூலம் போன் செய்து, சம்பவம் குறித்து எடுத்துக் கூறினேன்.

கோவா ஸ்டேஷனில் அவசர வசதிகள் அதிகம் இல்லாததால், ரயில் கோவா வந்தவுடன் ஸ்டேஷன் மாஸ்டரிடம் செல்லச் சொன்னார்கள். அடுத்த 10 நிமிடத்தில் ரயில் கோவா நிலையத்தை அடைந்தது.

வலி இன்னும் கடுமையாக இருந்தது, ஆனால் மன உறுதியுடன், நான் மெதுவாக நகர்ந்து ரயிலில் இருந்து வெளியேறினேன். நான் நேரடியாக ஸ்டேஷன் மாஸ்டரிடம் சென்று வலிநிவாரணி மாத்திரைகள் இருக்கிறதா என்று கேட்டேன்.

சம்பவம் குறித்து விசாரித்த அவர், வலிநிவாரணி மாத்திரைகள் கையிருப்பில் இல்லை என்று குறிப்பிட்டார்.

அதனால், தாங்க முடியாத வேதனையோடும் சோகத்தோடும் ஸ்டேஷன் மாஸ்டர் அறையை விட்டு வெளியேறினேன்.

. ஏற்கனவே கோவாவில் இருந்த எனது நண்பனை தொலைபேசி மூலம் தொடர்புகொண்டு. நடந்த சம்பவத்தை எடுத்துக் கூறினேன்.

அந்த நண்பனுக்கும் ஏற்கனவே சில வருடங்களுக்கு முன்பு கால் உடைந்து முன் கால் உடைந்து குணமடைந்து விட்ட நிலையில், நம் உடலில் சில எலும்புகள் உடைந்தால் வலி எப்படி இருக்கும் என்று அந்த நண்பரிடம் விசாரித்தேன்.

சில சமயங்களில் எலும்பு முறிவு ஏற்பட்டால், வலி தாங்க முடியாததாகவும், வேறு சில சமயங்களில், அது தாங்கக்கூடியதாகவும் இருக்கும் என்று அவன் கூறினான்.

கோவா திட்டத்தை தொடரலாமா அல்லது சொந்த ஊருக்கு வரலாமா என்று முடிவு செய்ய சிறிது நேரம் எடுத்துக் கொண்டேன்.

ரயில்வே ஸ்டேஷன் ஓய்வரையில் அரை மணி நேரம் ஓய்வெடுத்தேன்.

கை மற்றும் உடல் பகுதியில் வலி குறைகிறதா இல்லையா என்று பார்த்தேன்.

அதிகமாக இருந்ததால் இறுதியாக வீடு திரும்ப முடிவு செய்தேன்.

என்னிடம் எடுத்துச் செல்ல 2 பைகள் இருந்தது.

பையில் உள்ள பொருட்களை எடுத்துக் கொண்டு நடப்பது மிகவும் வேதனையாக இருந்தது.

வீடு திரும்ப தொலைபேசி. மூலம் விமான டிக்கெட்டை ஆன்லைனில் பதிவு செய்தேன்.

கோவாவில் உள்ள ரயில் நிலையத்திலிருந்து விமான நிலையம் வரை சுமார் 70 கிலோமீட்டர்கள் ஆகும்.

எனவே, நான் ஒரு வண்டியை பதிவு செய்து விமான நிலையத்தை அடைந்தேன்.

எனது சட்டையை மாற்றிக் கொள்ளலாம் என்று கையை உயர்த்தி பார்த்தேன். ஆனால் என்னால் முடியவில்லை அசைக்கவே முடியாத அளவுக்கு வலி ஏற்பட்டது.

விமானம் வருவதற்கு சில மணி நேரம் காத்திருந்தேன்.

இறுதியாக, விமானம் வந்தது, எனக்கு விமானத்தில் ஜன்னல் இருக்கை கிடைத்தது,

நான் அந்த விமானம் பயணத்தை மகிழ்வுடன் மாற்ற எண்ணி செல்ஃபி புகைப்படங்களை சிரித்துக் கொண்டே எடுத்தேன்..

"Living in the present moment" என்ற வரிகள் தான் ஞாபகத்திற்கு வந்தது.

நான் உட்பட பலருக்கு விமானத்தில் பயணம் என்பது கனவாக இருக்கும். நான் அந்த இந்த தருணத்தை மகிழ்வான விமான பயணமாக மாற்றினேன்.

இரவு நேரத்தில் இரவு சுமார் 11 மணியளவில் எனது சொந்த ஊருக்கு வந்து அடைந்தேன்.

மறுநாள் காலை மருத்துவமனைக்குச் சென்றேன். ஒரு எக்ஸ்ரே எடுக்கப்பட்டது, அறிக்கையில், என் தோள்பட்டை (Scapula). எலும்பில் 3 எலும்பு முறிவுகள் இருந்தன, மேலும் எலும்பின் சிறிய இடப்பெயர்ச்சியும் இருந்தது.

எழும்பு முறிவு ஏற்பட்டவர்களின் பகுதிகளை ஆய்வு செய்ததில் சுமார் 1 சதவிகிதம் பேருக்கு மட்டுமே ஸ்கேபுலா எலும்பு முறிவு ஏற்படும் என்றும் மருத்துவர் கூறினார்.

தாக்கம் அதிகமாக இருந்ததால் இரண்டாவது கருத்துக்காக என்னை வேறு மருத்துவமனைக்கு பரிந்துரைத்தார்.

அதனால் நான் வேறு மருத்துவமனைக்குச் சென்றேன், அந்த மருத்துவர் கூறியபடி சில மாதங்கள் சிகிச்சை எடுத்தேன்.

பிறகு மீண்டும் தசை வலிமை பெற பிசியோதெரபிக்கு சென்றேன். அது உண்மையில் நான் பழைய நிலைமைக்கு திரும்ப வர உதவியது.

நாம் சிந்தித்து சரியான நடவடிக்கை எடுத்தால் கடினமான சூழ்நிலைகளை கையாள முடியும் என்ற நம்பிக்கையை இந்த பயணம் எனக்கு அளித்தது.

வாசகர் பார்வை:

1. உங்களது தொலை தூர பயணங்களில் ஏதேனும் இதுபோன்ற இடர்பாடுகள் ஏற்பட்டுள்ளதா?

2. கடினமான சூழ்நிலையை எதிர்கொள்ள நீங்கள் எப்படி தயாராவீர்கள்?

3. நீங்கள் இந்த சூழ்நிலையில் இருந்தால், உங்கள் எதிர்வினை என்னவாக இருக்கும்?

உங்களது மேலான கருத்துக்கள் மற்றும் விமர்சனங்களை **Indianeditions@gmail.com** என்ற முகவரிக்கு அனுப்புங்கள்.

பேசும் செயல்

12. ஒரு அழகிய மலை கிராமம்.

அது ஒரு மகிழ்ச்சியான காலை பொழுது சூரியன் உதிக்கத் தொடங்கிய நேரம்.

ஒரு செடியின் இலைகளில் நீர்த்துளிகள் வழிந்தோடுவதை பார்ப்பதற்கு மிகவும் மகிழ்வாக இருந்தது.

நாங்கள் ஐந்து பேர், தன்னார்வத் திட்டத்தின் ஒரு பகுதியாக பழங்குடியின மக்களை அவர்கள் இருக்கும் வசிப்பிடத்திற்கே சென்று சந்திப்பதற்கான முன்னேற்பாடுகளை செய்துகொண்டிருந்தோம்.

பழங்குடியினருக்கு சுகாதாரம் பற்றிய விழிப்புணர்வை ஏற்படுத்துவதே எங்கள் பயண திட்டத்தின் நோக்கமாக முடிவு செய்யப்பட்டிருந்தது.

நாங்கள் பெங்களூருவின் நகர வாழ்க்கையைக் கடந்து ஒரு அழகிய மலையின் உச்சியின் மேல் உள்ள ஒரு சிறிய கிராமத்திற்கு செல்ல முடிவு செய்திருந்தோம்.

பெங்களூரில் இருந்து காலை 6 மணிக்கு எங்கள் பயணத்தைத் தொடங்கினோம்.

காலை 8.00 மணியளவில், வண்டி பெங்களூரு நகரின் எல்லையை அடைந்தது. சுவையான உணவுகளால் வயிற்றை நிரப்பினோம்.

எங்கள் பயணம் மீண்டும் தொடங்கியது.

சிறிது நேரத்தில் நாங்கள் செல்ல வேண்டிய கிராமத்தின் மலையடிவாரத்திற்கு வந்து சேர்ந்தோம்.

அந்த இடம் மிகவும் அமைதியாக இருந்தது, அடர்ந்த மரங்களுக்கு நடுவே வளைந்து நெளிந்து வந்த தென்றல் எங்கள் முகத்தை யாரோ மயில் இறகால் வருடுவது போன்ற எண்ணத்தை ஏற்படுத்தியது.

இது ஒரு அழகிய வனப்பகுதியாகும். எனவே அடுத்ததாக நாங்கள் செல்ல வேண்டிய பாதையில் ஒரு வாகன பரிசோதனை சாவடி இருந்தது.

ஏற்கனவே நாங்கள் வனத்துறையினரிடம் முன் அனுமதி பெற்று இருந்தோம்.

வனத்துறை அதிகாரிகள் எங்களை அன்புடன் வரவேற்றனர்.

வனத்துறை அலுவலகத்துடன் கூடிய விருந்தினர் மாளிகை இருந்தது. அந்த விருந்தினர் மாளிகையில் சிறிது நேரம் இளைப்பாறினோம்.

அடர்ந்த காடுகளுக்குள் இருக்கும் மலை உச்சியை அடைய வேண்டும் என்பதால் வன அதிகாரி ஒருவர் எங்கள் பயணத்தில் இணைந்தார்.

அவரையும் எங்கள் வண்டியில் ஏற்றிக்கொண்டு அடர்ந்த காட்டுப் பகுதிக்குள் எங்கள் பயணத்தை தொடங்கினோம்.

இந்த பகுதியில்,தான் சந்தித்த சாகசங்கள்,அனுபவங்கள் பற்றி விளக்கினார் அந்த வனத்துறை அதிகாரி.

காடுகளுக்குள் உள்ள சாலைகள் மிகவும் கரடுமுரடான மற்றும் சேறும் சகதியுமாக இருந்தது.

மேலும் நாங்கள் வண்டியில் இருந்து இறங்கி வாகனத்தை முன்னோக்கி தள்ள வேண்டிய சூழ்நிலை ஏற்பட்டது.

போகும் வழியில் சாலை வசதிகள் எதுவும் இல்லை. நாம் கரடு முரடான மண் தடத்தில் பாறைகளுக்கு நடுவே தான் செல்ல வேண்டியிருந்தது.

சாலையில் பல குண்டூசி வளைவுகள் இருந்தது.

மேலும் செல்லச்செல்ல, பாதையின் அகலம் குறைந்து கொண்டே வந்தது.

மேலும் பயணம் மிகவும் சாகசமாகவும் சவாலாகவும் தெரிந்தது.

வழியில், நாங்கள் சில. பழங்குடியினர் மக்களை சந்தித்தோம்.

சில புதிய நபர்கள் தங்களுடைய. கிராமத்திற்கு வருகிறார்கள் என்பதை அவர்கள் சக கிராம மக்களுக்கு விளக்க வெவ்வேறு ஒலிகளைக் எழுப்பினர்.

அவர்களுடன் உரையாடினோம். கிராமத்தை நோக்கி மேலும் செல்வது எப்படி என்று அவர்கள் எங்களுக்கு விளக்கினர்.

நாங்கள் இறுதியாக பழங்குடி கிராமத்தை அடைந்தோம்.

முதலில் நாங்கள் அந்த பகுதியில் இருந்த பள்ளிக்குச் சென்றோம். அந்த பள்ளியில் உள்ள மாணவர், மாணவியர்கள் உடன் கலந்துரையாடினோம். அவர்களுக்கு தேவையான விஷயங்களை நாங்கள் கேட்டு குறிப்பெடுத்துக்கொண்டோம்.

அந்த அரசுப்பள்ளி அந்த சூழ்நிலைக்கு தகுந்தவாறு அமைக்கப்பட்டிருந்தது. அது பார்ப்பதற்கு சிறிது வித்தியாசமாகத் தெரிந்தது.

ஒவ்வொரு மாணவர்களிடமும் அவர்களின் லட்சியங்கள் மற்றும் வாழ்க்கை இலக்குகள் பற்றி கேட்டோம், அவர்களுடன் விளையாடினோம். குழந்தைகள் மிகவும் உற்சாகத்துடனும், தன்னம்பிக்கையுடனும் இருந்தனர்.

அந்த மாணவர்களுடனான கலந்துரையாடல் முடிந்த உடன் எங்களுக்கும். உற்சாகம் தொற்றிக் கொண்டது.

அடுத்து, நாங்கள் ஒரு குடியிருப்பு பகுதிக்குச் சென்றோம். அங்கே சிறு சிறு தொகுப்புகளாக வீடுகள் இருந்தது.

அருகில் ஒரு அழகிய கிணறும் இருந்தது.

இதில் ஆச்சரியம் என்னவென்றால், அங்கு இருந்த. வீடுகளுக்கு கதவுகளே இல்லை. வீட்டு நுழைவாயிலில் திரைச்சீலைகள் மட்டுமே தொங்க விடப்பட்டிருந்தது.

ஏன் கதவுகள் மற்றும் பூட்டுகள் இல்லை என்று மக்களிடம் கேட்டோம்.

எங்களுக்கு அவர்கள் ஆச்சரியமான பதில் பதில் தந்தார்கள்.

அவர்கள் தங்கள்பகுதிக்கு ஏன் கதவுகள் தேவை என்றும்? இங்கே ஒரு சமூகமாக மக்கள் வாழ்வதாகவும் அடுத்தவர் அனுமதியின்றி ஏன் இன்னொருவர் வீட்டுக்குள் நுழைய போகிறார் என்று எங்களிடமே பதில் கேள்வி எழுப்பினார்கள்.

திருடர்கள் பற்றிய பயம் சிறிதளவும் தங்களுக்கு இல்லை.

இங்கே எதற்கு திருடர்கள் வரப்போகிறார்கள்?

என்று எங்களிடமே திருப்பி கேள்விகளை தொடுத்தார்கள்.

அடுத்து, ஒரு தன்னார்வ தொண்டு நிறுவனம் அங்கே கட்டியிருந்த சமுதாயக் கூடத்திற்குச் சென்றோம், அந்த மண்டபத்தில் கிராம மக்களை ஒன்று கூடுமாறு கேட்டுக் கொண்டோம். அவர்கள் மிகவும் மகிழ்ச்சியுடன் மண்டபத்திற்கு வந்தார்கள்,

எங்களுக்கு வழங்கப்பட்ட அறிவுறுத்தல்கள் மற்றும் எங்கள் அனுபவத்தின் அடிப்படையில், நாங்கள் சுகாதாரம் பற்றி ஒரு உரையை வழங்கினோம்.

மேலும் அவர்களுக்காக சில உடல்நலம் சார்ந்த பொருட்களை கொண்டு வந்து கொடுத்தோம்.

மேலும் வன விலங்குகளால் எந்தெந்த இடங்களில் தொந்தரவுகள் ஏற்படுகின்றன என்பது குறித்து விசாரித்தோம். அதற்கு பதிலளித்த அவர்கள், "வன விலங்குகளால் நாங்கள் எந்த பிரச்சனையையும் சந்தித்ததில்லை. உண்மையில் விலங்குகள் உலகில் மிகவும் நட்பு உயிரினங்கள் என்று கூறினர்.

அடுத்து, அந்த பழங்குடி கிராமத்தில் உள்ள முதியவர்களுடன் நாங்கள் உரையாடினோம், மேலும் 90 வயதுக்கு மேற்பட்ட மூதாட்டி ஒருவர், அவர்கள் கிராமத்தில் அவர்களின் கிராமத்தின் பின்னணியில் உள்ள வரலாற்றை விளக்கினார்.

அந்த மூதாட்டி பேசுவதை கேட்டுக் கொண்டே இருக்கலாம் போன்று இருந்தது.அவர் மிகவும் அழகாக விளக்கிக் கொண்டே வந்தார்.

அவர் சந்தித்த வாழ்க்கை அனுபவங்களை கேட்பதற்கு மிகவும் சுவாரசியமாக இருந்தது.இந்த வயதிலும் அந்த மூதாட்டி தனக்குள் இருந்த வெகுளித்தனத்தையும் குழந்தைத்தனத்தையும

பாதுகாத்து வைத்திருந்தார். இந்த குணம் எவ்வளவு முக்கியம் என்பதை நான் நன்கு அறிந்து கொண்டேன்.

அடுத்து, நாங்கள் ஒரு பழங்குடியினர் வழிபடக்கூடிய ஒரு இயற்கையான சூழ்நிலையில் அமைந்த இடத்திற்கு சென்றோம்.

மேலும் அவர்கள் எந்த பிரச்சனையை எதிர்கொண்டாலும், அவர்கள் ஒன்றாக கூடி, இயற்கையிடம் பிரார்த்தனை செய்கிறார்கள், இயற்கை கடவுள் தங்கள் பிரச்சனையை தீர்க்கிறார் என்று அவர்கள் நம்புகிறார்கள்.

அடுத்து, அவர்கள் விரும்பும் விஷயங்களைக் கேட்டோம். சாலைகள், போக்குவரத்து சேவைகள் போன்றவை, அவர்களுக்குத் தேவையான விஷயங்களை நாங்கள் குறிப்பெடுத்துக்கொண்டோம்.

மிகுந்த மகிழ்ச்சியுடனும் புதிய அனுபவத்துடனும் மலை கிராம மக்களுடனான உரையாடலை முடித்துக் கொண்டு மீண்டும் பெங்களூர் பயணத்தைத் தொடங்கினோம்.

திரும்பி வரும்போது குளத்தின் அருகே மிகவும் அமைதியாக தண்ணீர் குடித்துக்கொண்டிருந்த ஒரு யானையைப் பார்த்தோம். அங்கு விலங்குகள் மக்கள் மோதல்கள் எதுவும் ஏற்படவில்லை, அவர்கள் இயற்கையுடன் அமைதியாக வாழ்ந்தனர்.

இறுதியாக, நாங்கள் இரவில் பெங்களூர் திரும்பினோம்,

இப்பயணம், வாழ்க்கையின் வெவ்வேறு கண்ணோட்டங்களைப் பற்றிய ஒரு பார்வையைக் கொடுத்தது.

இந்த பயணத்தின் மூலம் நாங்கள் பழங்குடியின மக்களிடம் சில சுகாதார விழிப்புணர்வை ஏற்படுத்துவதற்காக திட்டமிட்டு இருந்தோம். ஆனால் இந்த பயணத்தின் மூலம் நாங்கள் அவர்களிடமிருந்து நிறைய வாழ்க்கைக்கு தேவையான பாடங்களை கற்றுக்கொண்டோம்.

வாசகர் பார்வை:

1.இந்த மாதிரியான இடத்தில் வாழ உங்களுக்கு வாய்ப்பு கிடைத்தால், நீங்கள் அங்கு செல்ல விரும்புகிறீர்களா அல்லது நீங்கள் தற்போது வசிக்கும் இடத்தில் வாழ விரும்புகிறீர்களா?

2.உங்களுக்கு மிகவும் பிடித்த பயண அனுபவத்தை பகிர்ந்து கொள்ள முடியுமா? .

3.உங்கள் பார்வையில் ஒரு மனிதனுக்கு,அவன் உள்ளே இருக்கும் குழந்தை தனமும் வெகுளித் தனமும் எவ்வளவு முக்கியம் என்று நினைக்கின்றீர்கள்?

உங்களது மேலான கருத்துக்கள் மற்றும் விமர்சனங்களை *Indianeditions@gmail.com* என்ற முகவரிக்கு அனுப்புங்கள்.

81

13. இரவு நேர பேருந்துப் பயணம்

மைசூரில் சில ஆண்டுகள் பணிபுரிந்தேன், அப்போது பேருந்தின் மூலமாக வார இறுதி நாட்களில் மலைப்பிரதேசங்களின் வழியாக எனது சொந்த ஊருக்கு பயணம் செய்வதை வழக்கமாகக் கொண்டிருந்தேன்.

மைசூரிலிருந்து ஈரோடு செல்வதற்கு அடர்ந்தவனப்பகுதியையும், மலைப்பகுதியையும் கடந்து தான் செல்ல வேண்டும்.

வனப்பகுதிக்குள் பயணிக்க வேண்டியிருப்பதால், அந்த

வழித்தடத்தில் குறைந்த பேருந்து போக்குவரத்து. வசதி மட்டுமே இருக்கும்.

மேலும் அந்த வழியில் உள்ள திம்பம் மலைப்பகுதியில் சுமார் 27 குண்டூசி வளைவுகள் இருக்கும்.

அந்த வழியாகத்தான் ஈரோட்டிற்கு செல்ல வேண்டும்.

இவ்வாறு ஒரு வெள்ளிக்கிழமை நாளில் விடுமுறைக்கு ஈரோடு செல்வதற்காக.மைசூரு பேருந்து நிலையத்தில் நேரத்தில் காத்திருந்தேன்.

இரவு 9.00 மணியளவில் பேருந்தில் ஏறினேன், சுமார் 9.30 மணியளவில் பேருந்து பயணத்தைத் தொடங்கியது. பேருந்தில் மிதமான கூட்டம் மட்டுமே இருந்தது.

வெள்ளிக்கிழமை என்பதால்,.சாலையின் இருமருங்கிலும் போக்குவரத்து நெரிசல் காணப்பட்டது. பேருந்து மெதுவாக நகர்ந்து சென்றது.ஒருவழியாக இரவு 11.00 மணியளவில், பேருந்து வனப் பகுதியின் நுழைவாயிலை அடைந்தது.

அங்கே ஒரு உணவகம் இருந்தது.அந்த உணவகத்தில் சிறிது நேரம் பேருந்து நின்றது.அங்கு நான் தேநீர் அருந்திவிட்டு,ஏதேனும் மிருகங்கள் கண்களில் இன் படுகின்றதா? என்று அந்த வனப்பகுதியில் சுற்றி முற்றி பார்த்தேன்.

அப்போது சர்வ சாதாரணமாக ஒரு காட்டெருமை அந்த சாலையின் வழியே மெதுவாக நடந்து சென்று கொண்டிருந்ததைக் கவனித்தேன்.

இந்த வழியில் இது போல பல மிருகங்களை நாம் எளிதாக காணமுடியும். பொதுவாக இந்த வனப்பகுதியில் இரவு பயணத்தின் போது யானைகள் மற்றும் மான்களை நாம் பார்க்கலாம்.

சிறிது நேரத்தில் பேருந்து அந்த உணவகத்தில் இருந்து வனப்பகுதிக்குள் தனது பயணத்தை தொடர ஆரம்பித்தது.

போகும் வழியில் திடீரென ஒரு யானை, வழியை மறித்து நின்று கொண்டிருந்தது.

அது பேருந்தின் விளக்கு வெளிச்சத்தில் பார்ப்பதற்கு மிகவும் திகிலாகவும் பிரம்மாண்டமாகவும் தெரிந்தது.

. யானையை நெருங்கும் போது மிகவும் கவனமாக இருக்க வேண்டும். பஸ் டிரைவர் பஸ்சின் விளக்குகளை அணைத்துவிட்டு, யானை சாலையை கடந்து செல்லும் வரை டிரைவர் பொறுமையாக காத்திருந்தார்.

பேருந்து மெல்ல நகர்ந்து திம்பம் மலைப்பகுதியை அடைந்தது. அந்த மலைப்பகுதியில் இருந்து கீழே இறங்குவதற்கு 27 குண்டூசி வளைவுகளை கடந்து செல்ல வேண்டும்.

இந்த குண்டூசி வளைவுகளில் வண்டியை ஓட்டுவது என்பது சற்று சவாலான காரியம் தான்.

பேருந்து வேகம் வெகுவாகக் குறைக்கப்பட்டு, மிகக் குறைந்த வேகத்தில் சென்று கொண்டிருந்தது. நள்ளிரவு 12.30 மணியளவில், பேருந்து முதல் ஹேர்பின் வளைவைக் கடந்தது.

சாலையின் குண்டூசி வளைவு பகுதி மிகவும் குறுகியதாக இருக்கும், குறிப்பாக இரவில் சவாரி செய்வது சவாலாக இருக்கும்.

ரோட்டில் உள்ள ஒவ்வொரு குண்டூசி வளைவுகளையும் கடக்கும்போது, பஸ் கிட்டத்தட்ட சாலையின் விளிம்பிற்கு அருகில் சென்று திரும்புவதால் பார்ப்பதற்கு மிகவும் திகிலாக இருக்கும்.

6வது வளைவில் பஸ் வந்தபோது கடும் போக்குவரத்து நெரிசல் ஏற்பட்டது. பேருந்து நகர முடியாதவாறு கடும் நெரிசல் ஏற்பட்டது.

வெளியில் இருந்து வந்த குளிர்ச்சி என்னை வெளியில் சென்று இயற்கை காட்சிகளை பார்க்க தூண்டியது.

பேருந்தின் நடத்துனரிடம் கதவைத் திறக்கச் சொன்னேன். ஆனால் இது வனப்பகுதி என்றும், இரவு இரவு நேரங்களில் விலங்களின் நடமாட்டம் இருக்கும் என்றும். எனவே. பேருந்தை விட்டு கீழே இறங்காதீர்கள் என்றும் நடத்துனர் பயணிகளிடம் எச்சரித்தார்.

எனவே, சிறிதுநேரம் பேருந்திலேயே உறங்கினேன்., அதிகாலை 2.30 மணியளவில், நான் எழுந்தேன், பேருந்து இன்னும் அதே இடத்தில் இருந்ததால் ஏமாற்றமடைந்தேன்.

போக்குவரத்து இன்னும் சீரமைக்கப்படவில்லை. நானும் சில சக பயணிகளும் சேர்ந்து கீழே என்னதான் நடக்கிறது என்று பார்ப்போம் என்று முடிவெடுத்து பேருந்தை விட்டு கீழே இறங்கினோம்.

சற்று தொலைவில் ஒரு கார், போக்குவரத்து விதிகளை மீறி குறுக்கே நின்று கொண்டிருந்தது. அந்த காரினால் மிகப்பெரிய போக்குவரத்து நெரிசல் ஏற்பட்டு இருப்பதை நாங்கள் புரிந்துகொண்டோம்.

நாங்கள் அந்த காரை மிக லாவகமாக பின்னோக்கி செல்ல வைத்து அருகில் உள்ள ஒரு. மரத்தின் அடியில் நிற்க வைத்தோம்.

இதனால் சிறிது சிறிதாக போக்குவரத்து நெரிசல் குறைந்து வாகனங்கள் நகர ஆரம்பித்தது. மேலும் ஒவ்வொரு வாகன ஓட்டுநர்களும் ஒருவரையொருவர் விட்டு கொடுத்து சென்றால் போக்குவரத்து விரைவில் சீராகும்.

மலைகளில், குறிப்பாக ஹேர்பின் வளைவுகளில் வாகனம் ஓட்டுவதற்கு, ஒரு சிறப்பு திறன் தேவை.

மக்கள் வழக்கமாக மலைகளுக்கு சுற்றுலா செல்வார்கள், மேலும் நம்மில் சிலர் வேலைக்காக ஒவ்வொரு வார இறுதியில்

மலைகள் வழியாக பயணிக்க வேண்டும். மேலும் மலைப் பயணம் எப்போதும் மறக்க முடியாத ஒன்று.

நாங்கள் சக பயணிகளுடன் செய்தது. சிறிய ஒருகாரியம் தான்.

ஆனால்.இது நல்ல பலனை அளித்தது.நானும் பலமுறை வேலைக்காக இந்த மலைப்பிரதேசத்தில் பயணித்துள்ளேன்.

ஆனால் சில நேரங்களிலேயே அந்த போக்குவரத்து நெரிசலை சரிசெய்ய முயற்சித்திருக்கிறேன்.

இது மனித இயல்பு.ஆனால் நாம் ஒவ்வொருவரும், நமக்கான கடமையை புரிந்து கொண்டால் நாம் பல விஷயங்களை எளிதாக முடித்துவிடலாம் என்பதை எனக்கு நானே ஒரு பாடமாக எடுத்துக் கொண்டு என்னை நான் மாற்றிக்கொள்ள முயற்சி செய்து கொண்டிருக்கிறேன்.

நீங்களும் இது போன்று முயற்சி செய்து பாருங்கள்.

வாசகர் பார்வை:

1.நீங்கள் மலைப்பாதைகளில் பயணம் செய்திருக்கிறீர்களா?

2.மலைப் பாதை வழியாக உங்கள் மறக்க முடியாத பயணம் எது?

3.இந்த வகையான சூழ்நிலைகளில், போக்குவரத்தை சீர்செய்ய நீங்கள் என்ன செய்வீர்கள்?

உங்களது மேலான கருத்துக்கள் மற்றும் விமர்சனங்களை *Indianeditions@gmail.com* என்ற முகவரிக்கு அனுப்புங்கள்.

14. ஒரு திரைப்பட அனுபவம்

நான் சில வருடங்களுக்கு முன்பு எனது நண்பர்களுடன் ஒரு தியேட்டரில் படம் பார்க்கச் சென்றிருந்தேன்.

அப்போது நடந்த.நிகழ்வுகளை ஒரு கதையாக உங்களுக்கு சொல்ல விரும்புகிறேன்.

நாங்கள் செல்ல திட்டமிட்டு இருந்த திரையரங்கம் ஒரு சிறிய நகரத்தில் அமைந்துள்ளது. எனவே அங்கு எப்போதும் கூட்டம் குறைவாகவே இருக்கும்.ஒரு சில நேரங்களில் மொத்தம் 5 - 10 நபர்கள் மட்டுமே படத்தைப் பார்த்துக் கொண்டிருப்பார்கள்.

எனவே எளிதில திரைப்பட டிக்கெட்களை பெற்றுவிடலாம்.

மேலும் அனைத்து புதிய படங்களையும் ரிலீஸ் ஆன முதல் நாளிலேயே அங்கே திரையிடப்படும்.

தீபாவளி சமயத்தில்., அந்த தியேட்டரில் ஒரு பிரபல நடிகர் நடிக்கும் படம் ரிலீஸ் ஆகி இருந்தது.

நானும் எனது நண்பர்களும் அந்த திரைப்படத்தைப் பார்க்க அந்த திரையரங்கிற்கு சென்றோம்.

விடுமுறை மற்றும் தீபாவளி சமயம் என்பதால் அந்த திரையரங்கில் கூட்டமாக இருந்தது.. இதை பார்ப்பதற்கு சிறிது அதிர்ச்சியாகவும் ஆச்சரியமாகவும் இருந்தது.

எங்களுக்கு திரையரங்கின் கடைசி வரிசையில் இடம் கிடைத்தது.

படம் திரையில் ஓடத் தொடங்கியதும்., ரசிகர்கள் கூட்டம் மகிழ்ச்சியில் கூச்சலிட்டதால், திரைப்பட காட்சிகளிலிருந்து வரும் எந்தக் குரலையும் எங்களால் கேட்க முடியவில்லை.

சில நிமிடங்களுக்குப் பிறகு, கூட்டம் தணிந்து மீண்டும் திரைப்படத்தைக் மெளனமாக பார்க்கத் தொடங்கியது.

படத்தில் பல திருப்பங்களுடன் படத்தின் கதைக்களம் நன்றாக இருந்தது.

அடுத்து படத்தில் வரும் பாடல் இசை ஒலிக்க ஆரம்பித்தவுடனேயே ரசிகர் கூட்டம். பாடலுக்கு ஏற்ப கூச்சலிட்டு நடனமாடத் தொடங்கியது. அதுவரை எல்லாம் சுமூகமாக நடந்து கொண்டிருந்தது.

திடீரென ரசிகர் ஒருவர் படம் திரையிடப்பட்டிருந்த

திரையின் அருகே சென்று, திரைப்படத் திரை துணி பொருத்தப்பட்டிருந்த சுவரில் ஏறத் தொடங்கினார்.

அவர் சுவரின் உச்சியில் நடனமாடத் தொடங்கினார், மற்ற ரசிகர்களும் அதையே செய்யத் தொடங்கினர். இதனால், பார்வையாளர்களால் படத்தை தெளிவாக பார்க்க முடியவில்லை. எதிர்பாராதவிதமாக.

காட்சித் திரையின் சுவரில் ஏறிய ரசிகர் ஒருவர் படத் திரையின் துணியைக் கிழித்துக் கொண்டு கீழே விழுந்தார்.

திரைச்சீலையில் 25 சதவிகித பகுதிக்கு மேல் சேதமடைந்தது.

இதனால் திடீரென திரையரங்கு. முழுவதும் பீதி ஏற்பட, திரையரங்கின் நான்கு பக்கமும் உள்ள கதவுகள் இழுத்து மூடப்பட்டது. திரைப்படக்காட்சியும் நிறுத்தப்பட்டது.

ஆனாலும் உள்ளே கூச்சல் குழப்பம் குறைந்தபாடில்லை. வெளியே செல்ல முடியாதபடி அனைத்து கதவுகளும் மூடப்பட்டு இருந்தது.

ஏதோ விபரீதம் நடக்கப்போகிறது என்று மட்டும் புரிந்தது.

கதவுகள் ஐந்து நிமிடத்தில் மீண்டும் திறக்கப்பட்டது, சுமார் எட்டு போலீசார் திடுதிடுவென திரையரங்கத்திற்குள் கையில் லத்தியுடன் நுழைந்தனர் கதவுகளையும் மூடினர்.

அவர்கள் உடனடியாக முன்பக்கத்தில் உள்ள திரைச்சீலைக்கு அருகில் விரைந்து சென்று அங்கே நடமாடிய நபர்கள் சிலரையும் மற்றும் திரைச்சீலையை கிழித்து கீழே விழுந்த நபரையும் உடனடியாக பிடித்து தரதரவென இழுத்துச் சென்றனர்.

இந்த திடீர் திருப்பத்தால் திரையரங்கில் குழப்பம் ஏற்பட்டது மற்றும் பார்வையாளர்கள் பீதியடைந்தனர்.

போலீசார் திரைப்பட அரங்கை விட்டு வெளியே சென்றனர்.

அடுத்து என்ன நடக்கும் என்று எங்களுக்குத் தெரியவில்லை.

படம் மீண்டும் திரையிடப்பட்டது, மேலும் 70% பகுதி மட்டுமே உள்ள திரையில். காட்சியை பார்க்க முடிந்தது.

ஒருவழியாக முழுப் படத்தையும் பார்த்தோம்.

இதே போன்று மற்றொரு தீபாவளி சமயத்தில்,இதே போன்றதொரு கூட்டமானது திடீரென தீபாவளி பட்டாசுகளை திரையரங்கின் உள்ளேயே வெடித்தது.

அப்போது போலீசார் வந்து நிலைமையை கட்டுப்படுத்து கட்டுக்குள் கொண்டு வந்தனர்.

இது போன்ற சில நிகழ்வுகளை நேரில் பார்க்கும்பொழுது.சாதாரண மனிதர்களாகிய நாம் சில நேரங்களில் கூட்டமாக இருக்கும்போது எவ்வாறு செயல்படுகிறோம்.

அதுவே தனியாக இருக்கும்போது எவ்வாறு செயல்படுகிறோம்?

ஏன் இந்த வித்தியாசம் ஏற்படுகிறது?

நமது உணர்வுகளுக்கும் அறிவுக்குமான சமன்பாடு என்ன? போன்ற வினாக்கள் எனக்குள் ஏற்பட்டதுண்டு.

மேலும் ஒரு பெரிய கூட்டத்தை அவர்கள் உற்சாகமாகவோ

அல்லது கோபமாகவோ இருக்கும்போது கட்டுப்படுத்துவது எப்போதும் கடினமான காரியமே!!

92

வாசகர் பார்வை:

1.இது போன்ற அனுபவங்கள் திரையரங்கிற்குள் உங்களுக்கு ஏற்பட்டிருக்கின்றதா?

2.நீங்கள் இந்த நிலையில் இருந்தால், நீங்கள் எவ்வாறு செயலாற்றி இருப்பீர்கள்?

உங்களது மேலான கருத்துக்கள் மற்றும் விமர்சனங்களை Indianeditions@gmail.com என்ற முகவரிக்கு அனுப்புங்கள்.

15. பார்வையற்றவர்களோடு மலை ஏறுதல்.

பார்வையற்றோருக்காகப் பணியாற்றும் ஒரு தன்னார்வ தொண்டு நிறுவனத்தில் வார இறுதி நாட்களில் தன்னார்வலராக பணிபுரிந்து வந்தேன்.

சுமார் 30 பார்வையற்ற உறுப்பினர்களை மலையேற்றத்திற்கு அழைத்துச் செல்ல திட்டமிடப்பட்டது, மேலும் ஒரு பார்வை குறைபாடு உடையவருக்கு ஒரு தன்னார்வலர் விதம் மொத்தம் 30 பார்வையற்றவர்களும், 30 தன்னார்வலர்களும் மலை ஏற திட்டமிட்டிருந்தோம்.

மேலும் இந்த நிகழ்வின் முக்கிய நோக்கம், மலைகள் எப்படி இருக்கும் என்பதை அவர்களுக்கு உணர்த்துவதும், அவர்களுக்கு மலையேற்ற அனுபவத்தை வழங்குவதும் ஆகும்.

கூடுதலாக, மலைகள் வழியாக மலையேற்றம் செய்யும்போது, ஒவ்வொரு தன்னார்வலரும் சுற்றியுள்ள

பகுதிகள் மற்றும் காட்சிகளை பார்வையற்ற நபர்களுக்கு புரியும் வகையில் விவரிக்க வேண்டியது அவசியம். நான் நீண்ட காலமாக பார்வையற்றவர்களுடன் பணியாற்றியுள்ளேன்.. ஆனால் பார்வையற்றவர்களுடன் சுற்றுலா செல்வது இதுவே முதல் முறை.

அது ஒரு ஞாயிற்றுக்கிழமை காலை வேலை தன்னார்வலர்கள் மற்றும் பார்வையற்றோர் உட்பட 60 பேர் ஒன்று கூடினோம்.

நாங்கள் பெங்களூரிலிருந்து வாடகை பேருந்தில் எங்கள் பயணத்தைத் தொடங்கினோம், பயணத்தின் போது மகிழ்ச்சியாக விளையாட்டு போட்டிகள் மற்றும் கலந்துரையாடல் நிகழ்ச்சிகளை மேற்கொண்டோம்.

பெங்களூரின் புறநகர் பகுதிகளில் சுமார் 70 கிலோமீட்டர் பயணம் செய்து, மலைகள் தொடங்கும் இடத்தை அடைந்தோம்.

. மலை அடிவாரத்திற்கு அருகில், ரயில் பாதை மற்றும் பேருந்து நிறுத்தம் உள்ளது.

பேருந்து எங்களை ரயில் ரயில் பாதையின் அருகே இறக்கி விட்டது.

அங்கு நாங்கள் ரயில்வே தண்டவாளங்களை கடந்து எங்கள் பயணத்தைத் தொடங்க வேண்டும்.

இருபுறமும் பார்த்தோம், ரயில்கள் வரவில்லை.

எனவே, நாங்கள் கடந்து செல்ல ஆரம்பித்து மலையின் தொடக்கப் புள்ளியை அடைந்தோம்.

அனைவரும் கூடியிருந்தனர், எங்கள் ஒவ்வொருவருக்கும் தெளிவான அறிவுரைகள் வழங்கப்பட்டன.

செய்ய வேண்டியவை மற்றும் செய்யக்கூடாதவை பற்றி விவாதிக்கப்பட்டது.

பார்வையற்ற ஒவ்வொருவரின் பாதுகாப்பும் மிகவும் முக்கியம். இறுதியாக நாங்கள் மலையேறுவதற்குப் புறப்பட்டோம்.

மலையில் ஏறும் போது பார்வையற்றவர்களுக்கு அருகில் உள்ள செடிகள், மரங்கள், பூக்கள் போன்றவற்றைப் பற்றி விளக்கினோம்.அவர்கள் விதவிதமான பூக்கள், செடிகள், புதர்களைத் தொட்டுப் பார்த்தார்கள், அதை அவர்களால் உணர முடிந்தது.

பார்வைக் குறைபாடுள்ள நபர்கள் முதன்முறையாக இந்தப் செடி கொடிகள் பூக்களை தொட்டு உணரும்போது அவர்களுக்குள் ஏற்பட்ட மகிழ்ச்சியை வார்த்தைகளால் விவரிக்க இயலாது.

சாகசப் பயணம் மிகவும் சுவாரஸ்யமாக இருந்தது.நாங்கள் பார்வையற்றவர்களுக்கு, மலை மீது ஏறிச் செல்லச் செல்ல,அங்கே இருந்த காட்சிகளை வார்த்தைகளின் வாயிலாக அவர்களுக்கு விவரித்துக் கொண்டே சென்றோம்.

நாங்கள் 1 மணி நேரத்தில் மலையின் உச்சியை அடைந்தோம்.

பெரிய பாறையின் மேல், நாங்கள் கூடி, பல விளையாட்டுகளை விளையாடி, நினைவுகளைப் பாதுகாக்க பல புகைப்படங்களை எடுத்தோம்.

குரங்குகள் மலை உச்சியில் வேடிக்கையான விஷயங்களைச் செய்து கொண்டிருந்தன,

20 நிமிடங்களுக்குப் பிறகு, நாங்கள் மலையிலிருந்து கீழே இறங்க ஆரம்பித்தோம்.

பார்வைக் குறைபாடுள்ளவர்கள் தங்கள் வாழ்க்கையைப் பற்றி அதிகம் பகிர்ந்து கொண்டனர், அவர்கள் வாழ்க்கையை எவ்வளவு அனுபவிக்க விரும்புகிறார்கள் என்பதை மனம் திறந்து வெளிப்படுத்தினர்.

45 நிமிடங்களில் ரயில் பாதைக்கு மிக அருகில் உள்ள மலையின் அடிப்பகுதியை அடைந்தோம்.

ரயில் பாதையில் இருந்து 100 மீட்டர் தொலைவில் நின்றிருந்தோம்.

மலை ஏறி இறங்கியதால் அனைவருக்கும் சற்று களைப்பாக உணர்ந்தோம்.

அந்த இடத்திலேயே ஒரு சிறிய மரமும் இருந்தது. மரத்தின் அடியில் அனைவரும் ஒன்று கூடினோம்.

பயண அனுபவத்தை மகிழ்ச்சியுடன் பகிர்ந்து கொண்டோம்.

திடீரென்று எங்கள் பார்வையற்ற நண்பர் ஒருவர் எதிர்பாராவிதமாக திடீரென்று,ரயில் பாதையை நோக்கி நடந்து சென்று கொண்டிருந்தார்.நாங்கள் அதனை சரிவர கவனிக்காமல் இருந்து விட்டோம்.

அப்போது திடீரென்று அந்த வழியே ரயிலானது வந்து கொண்டிருந்தது.

அந்த பார்வையற்ற நண்பர் தற்போது சுமார் 15 மீட்டர் இடைவெளியில் ரயில் தண்டவாளத்தின் அருகே சென்று கொண்டிருந்தார்.

நாங்கள் அனைவரும் பதறி அவரை நோக்கி ஓடினோம், அவர் ரயில் பாதைக்கு மிக அருகில் நின்று கொண்டிருந்தார். நாங்கள் அவரை அவரது பெயரைச் சொல்லி, "மேலும் நெருங்காதீர்கள்" என்று கத்தினோம்.

தண்டவாளத்தில் ரயில் வருவதால், அவரால் எங்கள் குரல் கேட்க முடியவில்லை. சில மணித்துளிகளில் அந்த ரயிலானது அந்த இடத்தை கடந்து சென்றது.

சில வினாடி துளிகளின் இடைவெளியில் அவர் உயிர் தப்பித்தார்.

நாங்கள் அவரிடம் சென்று அவரது பதட்டத்தை குறைத்து., அவர் ஏன் குழுவிலிருந்து விலகிச் சென்றார் என்று கேட்டோம், அதற்கு அவர் எங்களிடம் இவ்வாறு குறிப்பிட்டார், "நான் பார்க்க முடியாததால், ரயில் சத்தம் மட்டுமே கேட்டு பதறினேன். ரயிலானது என்னைத்தான் நெருங்கிறதோ என்று எண்ணி மிகவும் பதட்டம் அடைந்து தெரியாமல் ரயில் தண்டவாளங்களுக்கு அருகிலேயே சென்று விட்டேன்".

இதற்கு முன்னர் அதிகமாக ரயில் ரயில்களின் சத்தங்களை கேட்டு பரிச்சயம் இல்லாததால் இவ்வாறு நடைபெற்று விட்டது என்று கூறினார்.

நாங்கள் அவருக்கு தண்ணீர் கொடுத்தோம், அவர் ஓய்வெடுத்தார். இறுதியாக எங்கள் பயணம் திருப்பங்கள் மற்றும் பரபரப்பான நிகழ்வுகளுடன் முடிவடைந்தது.

எங்கள் பார்வையற்ற நண்பர்கள் வாழ்நாளில் முதல் முறையாக மலையேற்ற அனுபவத்தைப் பெற்றதால் மிகவும்

மகிழ்ச்சியாக இருந்தனர்.

தென்னிந்தியாவில் பார்வையற்ற குழுவினருடன் முதல் மலையேற்ற அனுபவமாக இருக்கும் இன்று எங்களுக்குள் பேசிக் கொண்டிருந்தோம்.

பயணம் திருப்திகரமாக இருந்தது. மகிழ்ச்சியான தருணங்களில் நம் வாழ்வில் கூடுதல் கவனம் மற்றும் எச்சரிக்கையுடன் இருக்க வேண்டும் என்பதை அந்த அனுபவம் உணர்த்தியது.

நாம் கொஞ்சம் விழிப்புணர்வு இல்லாமல் இருந்தால் ,வாழ்வில் எந்த நேரமும் என்ன வேண்டுமானாலும் நடக்கலாம் என்பதை இந்த சம்பவம் உணர்த்தியது.

வாசகர் பார்வை:

1.உங்கள் சவாலான வாழ்க்கைச் சூழ்நிலைகளைப் பற்றி என்னிடம் சொல்லுங்கள்.

2.உங்கள் மலை ஏறும் அனுபவத்தைப் பற்றி சொல்லுங்கள்.

3.சவாலான சூழ்நிலைகளையின்போது நீங்கள் எப்படி கையாண்டீர்கள்?

உங்களது மேலான கருத்துக்கள் மற்றும் விமர்சனங்களை *Indianeditions@gmail.com* என்ற முகவரிக்கு அனுப்புங்கள்.

பேசும் செயல்

நன்றியுரை

என் வாழ்க்கையில் ஆழமான தாக்கத்தை ஏற்படுத்தியவர்களுக்கும், இன்று நான் இருக்கும் நிலைக்கு என்னை வடிவமைத்தவர்களுக்கும் எனது மனமார்ந்த நன்றியைத் தெரிவித்துக் கொள்ள விரும்புகிறேன்.

எனது குடும்ப உறவுகள்:

என் பெற்றோர்: கிருஷ்ணவேணி மற்றும் ராமசாமி, வாழ்க்கையில் சில நல்ல பண்புகளை என்னிடத்தில் கொடுத்ததற்கு நன்றி.

என் மனைவி: திவ்யா மேனகா, நிபந்தனையற்ற அன்புக்கும் அக்கறைக்கும் நன்றி.

என் சகோதரி: கீதா மாலினி, என் வாழ்க்கையின் முக்கியமான கட்டங்களில் என்னை நம்பி எனக்கு உதவியதற்கு நன்றி.

என் மாமா: சிங்காரவேலு, இளம் வயதிலேயே எனக்கு பல்வேறு நாடுகள் மற்றும் கலாச்சாரங்கள் பற்றி அறிந்து கொள்ளும் ஆர்வத்தை தூண்டியதற்கு நன்றி.

தன்னார்வ அமைப்புகள்:

பல்வேறு தளங்களில் தன்னார்வலராகப் பணிபுரியும் வாய்ப்பை ஏற்படுத்திக்கொடுத்த தனி நபர்கள் மற்றும் அவர்கள் சார்ந்த நிறுவனங்களுக்கு இத்தருணத்தில் மிகப்பெரிய நன்றியை தெரிவித்துக் கொள்கிறேன்.

விஷ்ணு சோமன்,

Smileys India NGO நிறுவனர்.

ஜோசுவா லிவிங்ஸ்டன்,

மூத்த மேலாளர், HCL அறக்கட்டளை.

சாந்தி ராகவன்,

Enable India NGO நிறுவனர்.

ராஜ்குமார் .ஆர்.

மகாத்மா காந்தி நல அறக்கட்டளையின் நிறுவனர்.

பிரார்த்தனா உன்கல்கர் கவுல்,

GiftAbled NGO நிறுவனர்.

சுரேந்திரன் முருகானந்த கிருஷ்ணன்,

Volunteer For a Cause(VFC) NGO நிறுவனர்.

இன்ஃபோசிஸ் அறக்கட்டளை

குளோபீஸ் (சிெனக்ரான்).

நண்பர்கள் மற்றும் நலம் விரும்பிகள்:

எனது நண்பர்கள் :

- பூபதி குமார்.
- ராஜா .
- அஷ்வின்.
- கெளஷிக்.
- ஜெகதீஷ் .
- சுவாமிநாதன் .
- செல்வகுமார்.
- பிரவீன் குமார் .

- பிரபு கலையரசன்.
- தளவாய்சாமி.
- லோகேஷ் குமார்.
- யுவராஜ்.
- ஸ்ரீனிவாசன்.
- முரளி .
- சந்திரசேகர்.
- சுரேஷ்கனி .

மேலே குறிப்பிடப்பட்டவர்கள் எனக்காக நேரத்தை செலவிட்டு உள்ளார்கள். மேலும் என் வாழ்க்கையை மேம்படுவதற்கு உதவியுள்ளார்கள்.

அவர்களுக்கு இத்தருணத்தில் நன்றி கூற கடமைப்பட்டுள்ளேன்.

மேலும்,

திருமதி.கார்த்தியாயினி பழனிசாமி, இன்ஃபோசிஸின் மூத்த திட்ட மேலாளர், மதிப்புமிக்க தலைமைத்துவ திறன்களை எனக்கு வழங்கினார், அதற்காக நான் ஆழ்ந்த நன்றியைத் தெரிவித்துக் கொள்கிறேன்.

மருத்துவர்களுக்கும் நான் நன்றி கூற கடமைப்பட்டுள்ளேன்.**திரு.சந்திரசேகர்,திரு.சத்தியமூர்த்தி, திரு.சீனிவாசன்,திருமதி.ஜி. சாந்தா மீனா, திரு.செந்தில்** அவர்கள் அந்தந்த துறைகளில் வல்லுநர்கள் என்ற முறையில் - பொறுமை,அக்கறை மற்றும் கருணையின் முக்கியத்துவத்தைப் புரிந்துகொள்ள அவர்கள் என்னைத் தூண்டியுள்ளனர்.

உறவினர்கள், நண்பர்கள், ஆசிரியர்கள், சக ஊழியர்கள் என பல வழிகளில் ஊக்கமளித்து ஆதரவளித்தவர்கள் ஏராளம். அவர்கள் ஒவ்வொருவருக்கும் நான் நன்றி சொல்ல விரும்புகிறேன்.

ஆசிரியரைப் பற்றி

சிவராஜ் ராமசாமி, IAA விருது பெற்ற எழுத்தாளரும், தொழில் ரீதியாக மென்பொருள் பொறியாளரும் ஆவார், இவர் தமிழ்நாட்டின் திருப்பூர் மாவட்டத்தில் உள்ள வெள்ளக்கோவில் என்ற சிறிய நகரத்தைச் சேர்ந்தவர்.

அவர் கணினி அறிவியலில் இளங்கலை பொறியியல் பட்டம் பெற்ற ஸ்ரீ கிருஷ்ணா தொழில்நுட்பக் கல்லூரியால் "சிறந்த முன்னாள் மாணவர்" என்று கௌரவிக்கப்பட்டவர்.

HCL IT நிறுவனம் வழங்கிய 5 லட்சம் மதிப்பிலான பள்ளி தத்தெடுப்பு ஸ்பான்சர்ஷிப் திட்டப் போட்டியில் தனது சொந்த ஊரில் ஒரு அரசுப் பள்ளியின் உள்கட்டமைப்பை மேம்படுத்த உதவினார்.

வார இறுதி நாட்களில், சிவராஜ் பல்வேறு தன்னார்வ தொண்டு நிறுவனங்களின் தன்னார்வச் செயல்பாடுகளுக்கு தனது நேரத்தை செலவிடுகிறார்.

இந்தியாவில் உள்ள வரலாற்றுச் சிறப்புமிக்க இடங்களுக்குச் செல்வதிலும் ஆர்வம் உண்டு.

இந்த முயற்சிகள் மூலம், சிவராஜ் சமூகத் துறை மற்றும் மக்களின் வாழ்க்கையின் பல்வேறு சமூக-பொருளாதார அம்சங்களைப் பற்றிய விரிவான அறிவைப் பெற்றுள்ளார்.

சிவராஜ் பணிபுரியும் மென்பொருள் நிறுவனத்திற்கு அவர் செய்த பங்களிப்புகளுக்காக ஏராளமான விருதுகளைப் பெற்றுள்ளார். அவர் இன்ஃபோசிஸ் ஐடி நிறுவனத்தில் நேர்காணல் குழுவில் பணியாற்றினார், அவரது பதவிக் காலத்தில் 100 க்கும் மேற்பட்ட விண்ணப்பதாரர்களை நேர்காணல் செய்துள்ளார்.

ஆசிரியரின் குறிப்பு

என் அன்பான வாசகர்களுக்கு,

எனது புத்தகத்தைப் படிக்க நேரம் செலவிட்டதற்கு நன்றி.

இதை மதிப்பாய்வு செய்யவும்: உங்கள் மதிப்புமிக்க விமர்சனம் என்னை மகிழ்ச்சியாக உணர வைக்கும்.

நீங்கள் எனது புத்தகத்தைப் படித்து மகிழ்ந்திருந்தால், உங்கள் கருத்தைப் பகிர்ந்து கொள்ள விரும்பினால் ப்ளிப்கார்ட், அமேசான் போன்ற வலைத்தளங்களில் ஒரு மதிப்பாய்வை எழுதவும்.

இதைப் பகிரவும்: சமூக ஊடகங்களில் இந்தப் புத்தகத்தைப் பற்றிய கருத்துக்களை பகிரும் போது அது மென்மேலும் பலரை சென்றடைய உதவிகரமாக இருக்கும்.

உங்கள் பின்னூட்டம் என்பது எனக்கு எதிர்காலத்தில் இன்னும் திறம்பட எழுத எனக்கு உதவிகரமாக இருக்கும் நன்றி!

எனது மின்னஞ்சல் முகவரி. *indianeditions@gmail.com*.

எனக்கு *YouTube* சேனல் உள்ளது! நீங்கள் என்னுடன் இணையலாம்:
https://www.youtube.com/@puthiya_payani

மீண்டும் ஒருமுறை என் புத்தகத்தை படித்ததற்கு நன்றி!!!

அன்புடனும் அக்கறையுடனும்,
சிவராஜ் ராமசாமி